AF408879

200 வகையான *ONLINE* திருட்டு வகைகள் அதிலிருந்து தப்பிக்கும் வழிகளும் நாம் நம்மை எப்படி தற்காத்துக்கொள்ள வேண்டும் என்ற வழிமுறைகளும்

- வெங்கடேஷ்
செல்வராஜ்

அர்ப்பணிப்பு

நான் இந்தப் புத்தகத்தை இம்மூவருக்கும்

அர்ப்பணிக்கிறேன்

"என் வாழ்வின் மூன்று தேவதைகள்"

என் அம்மா

நான் தோல்வியுற்றபோது என்னை எப்போதும்

ஊக்கப்படுத்தியவர்

வாழ்க்கைத் துணைவர்

நான் ஒன்றும் இல்லாதபோது என்னுடன்

கைகோர்த்தவர்

என் மகள்'

என் வாழ்க்கையில் எல்லா செல்வத்தையும்,

செழிப்பையும், மகிழ்ச்சியையும் தருபவள்

"இன்டர்நெட் மோசடி" என்ற சொல் பொதுவாக இணையம் அல்லது மின்னஞ்சலில் நடக்கும் சைபர் கிரைம் செயல்பாட்டை உள்ளடக்கியது, அடையாள திருட்டு, ஃபிஷிங் மற்றும் மக்களை ஏமாற்றுவதற்காக வடிவமைக்கப்பட்ட பிற ஹேக்கிங் நடவடிக்கைகள் உட்பட.

https://www.fortinet.com/resources/cybergloss
ary/internet-
fraud#:~:text=The%20term%20%22internet%20
fraud%22%20generally,scam%20people%20out
%20of%20money.

முன்னுரை

(PREFACE)

Online என்பது இன்றளவில் நம் வாழ்வின் ஒரு முக்கிய அங்கமாக இருப்பதால், ஆன்லைனில் பலரை நாம் சந்திக்கவேண்டி உள்ளது அப்படி நாம் சந்திக்கும் அனைவரும் நம்மிடம் நல்லவர்களாக நடந்துகொள்வதில்லை. ஆன்லைன் மோசடிகள்

என்பது எல்லா இடங்களிலும் எப்போதும் இருக்கும் அச்சுறுத்தலாகும், ஹேக்கர்கள் மற்றும் சைபர் கிரைமினல்கள் போன்ற அனைவரும் நம்மைப்போன்ற இணைய பயனர்களை விட ஒரு படி மேலே இருக்கிறார்கள் மேலும் தங்களால் முடிந்த அனைத்தையும் செய்கிறார்கள். ஆன்லைன் அபாயங்கள் பற்றியும் அவற்றிலிருந்து நம்மை நாம் எவ்வாறு தற்காத்துக்கொள்வது, பாதுகாப்பாக இருப்பது மேலும் எதிர்த்துப் போராடுவது என்பதைப் பற்றி தொடர்ந்து தெரிந்துகொள்வது மிக அவசியமாகும்..

அறிமுகம்

(INTRODUCTION)

இன்றளவு புழக்கத்திலுள்ள ஆன்லைன் மோசடிகளின் வகைகள், பட்டியல் மற்றும் ஏமாற்றப்படுவதைத் தவிர்ப்பது எப்படி என்பதை இங்கே நாம் நன்கு அறிந்துகொள்ள வேண்டியது மிக அவசியம். நேரில் ஏமாற்றப்படுவதை விட ஆன்லைன் மூலம் மிக அதிகமான மோசடிகள் தினம் தினம் நடந்தேறிவருகிறது. வேறு எந்த மோசடியையும் விட நீங்கள் ஆன்லைன் மோசடிகளில் பலியாவதற்கு வாய்ப்புகள் மிக அதிகம். பல்வேறு வகையான ஆன்லைன் மோசடிகளைப் பற்றியும் அவற்றைத் தவிர்ப்பது பற்றியும் பல இடங்களில் நமக்கு ஆலோசனை வழங்கப்படுவதில்லை. அதன் வகைகள் பற்றியும்

நாம் அறியமுடிவதில்லை. எனவே நாமாக ஆன்லைன் மோசடிகளை தெரிந்துகொள்ள வேண்டியது அவசியம்

முன்னோக்கி

(FOREWARD)

ஆன்லைன் தந்திரங்கள் எவ்வாறு செயல்படுகின்றன? டிஜிட்டல் மூலமாக மிரட்டி பணம் பறித்தல் மற்றும் பிற டிஜிட்டல் ஆபத்துகளில் இருந்து உங்களை மற்றும் உங்கள் தகவல்களைப் பாதுகாக்க பல்வேறு வகையான

இணைய அடிப்படையிலான தந்திரங்களை இங்கே நாம் தெரிந்துகொள்ளலாம். வெளிப்படையாக, ஆன்லைன் தந்திரங்கள் நாளுக்கு நாள் அதிகளவில் விரிவடைந்து வருகின்றன. இதைக் கருத்தில் கொண்டு, இணையத்தில் உள்ள சிறந்த தந்திரங்கள், அவை எவ்வாறு செயல்படுகின்றன, வலை தந்திர எச்சரிக்கை அறிகுறிகள் மற்றும் இணையத்தில் பாதுகாப்பாக இருப்பதற்கான சிறந்த நடைமுறைகள் ஆகியவற்றைக் கண்டறிய இதுவே சரியான நேரம்.

முகவுரை
(PROLOGUE)

ஆன்லைன் தந்திரங்கள் என்றால் என்ன? டிஜிட்டல்

தந்திரங்கள் என்று அழைக்கப்படும் ஆன்லைன்

தந்திரங்கள் தொடர்ந்து முன்னேறி, பொதுவாக வேறுபடுகின்றன. பொதுவாக பண லாபத்திற்காக, தவறாக வழிநடத்துவதற்கும் அல்லது சுரண்டுவதற்கும் இணைய வழங்குநர்கள் அல்லது நிரலாக்கத்தைப் பயன்படுத்துவதை இந்தச் சொல் பெரும்பாலும் குறிப்பிடுகிறது. சைபர் கிரைமினல்கள் தனிப்பட்ட அல்லது பணியிட மின்னஞ்சல் கணக்குகள், நீண்ட தூர முறைசாரா தொடர்பு இடங்கள், டேட்டிங் பயன்பாடுகள் அல்லது பணம் அல்லது பிற முக்கியமான தனிப்பட்ட தரவைப் பெற முயற்சிப்பதன் மூலம் பாதிக்கப்பட்டவர்களைத் தொடர்பு கொள்ளலாம்.

இணையத்தில் பல பயனுள்ள தந்திரங்கள்

ஒப்பிடக்கூடிய விளைவுகளைக் கொண்டிருக்கின்றன: ஆன்லைன் தந்திரங்களில் மாட்டிக்கொள்பவர்கள் தங்கள் பணத்தை இழக்கிறார்கள் அல்லது சைபர் கிரைமினலால் உத்தரவாதம் அளிக்கப்பட்ட சொத்துகளைப் பெறுவதை புறக்கணிக்கிறார்கள். கற்பனை செய்யக்கூடிய மிக மோசமான விளைவுகளில், பாதிக்கப்பட்டவர் முயற்சி செய்து தனது ஆளுமையை இழக்க நேரிடும்..

200 வகையான *ONLINE* திருட்டு வகைகள் அதிலிருந்து தப்பிக்கும் வழிகளும் நாம் நம்மை எப்படி தற்காத்துக்கொள்ள வேண்டும் என்ற வழிமுறைகளும்

ஃபிஷிங் – Phishing

ஃபிஷிங் என்பது ஆன்லைன் மூலம் செய்யப்படும் ஒரு நவீன திருட்டு மோசடி செயல் அது நம்மிடமுள்ள வங்கித் தகவல்களான யூசர் ஐடி பாஸ்வேர்ட் போன்றவற்றை நம்மிடமிருந்து திருடி நமது வங்கிக்கியிலிருக்கும் மொத்த பணத்தையும் எடுத்துக்கொள்படுகிறது. இது பொது மக்களின் முக்கியமான தகவல்களையும் தரவுகளையும் வெவ்வேறு தளங்களிலிருந்து திருடி அதனை அந்த பயனாளரிடமே வெளிப்படுத்தி மோசடி செய்பவர் தன்னை ஒரு அரசாங்க அதிகாரியாகவோ அல்லது

ஒரு பெருநிறுவனத்தின் உயர் அதிகாரியாகவோ அல்லது வங்கி மேலாளராகவோ காட்டிக்கொண்டு பயனாளரை தனது வலையில் விழச்செய்து ஏமாற்றுகின்றனர். ரான்சம்வேர் போன்ற தீங்கான கணனி செய்நிரலாக்கம், மென்பொருள் அல்லது செயலியினை பயனாளரின் கணினியில் நிறுவி அவரின் கணியினை முற்றிலுமாக முடங்கிவிடுகின்றனர், பயனாளர் கணினியினை திரும்பவும் செயல்பட செய்ய பெரிய தொகையை கேட்டு நிர்பந்திக்கப்படுகிறது. தமது முக்கிய தரவுகளை மீட்டெடுக்க பயனாளர் பெரும் தொகையை கொடுக்க வேண்டியதாகிவிடுகிறது, கேட்ட பணத்தை கொடுத்தும் பல சமயம் கணினியை மீட்டெடுக்க முடிவதில்லை, மேலும் பயனாளரின் தகவல்கள்களுக்கு கள்ள சந்தையில் மிகப்பெரிய டிமாண்ட் உள்ளதால் தரவுகள் அனைத்தும் கள்ள சந்தையில் அதிக விலைக்கு விற்கப்படுகின்றன. எது எப்படியோ பயனாளர் கடைசியில் ஏமாற்றப்படுகிறார், மோசடி செய்பவரும் யாருக்கும் தெரியாமல் தப்பித்து வேறு ஒரு பயனரை ஏமாற்ற ஆயத்தமாகிவிடுகிறார். ஃபிஷிங் தாக்குதலுக்கு மாட்டிக்கொள்ளாமல் பயனாளர் யூசர் ஐடி பாஸ்வேர்ட் போன்ற தகவல்களை காத்துக்

கொள்வதே அவருடைய பணத்தை பாதுகாக்கும் சிறந்த வழியாகும்.

அதிநவீனமாகிவிட்ட ஃபிஷிங் தாக்குதல்கள்:

ஃபிஷிங் தாக்குதல்கள் இன்றளவில் அதிநவீனமாகிவிட்டன, ஒரு குறிப்பிட்ட வலைத்தளத்தை போலவே போலியான ஒன்றை உருவாக்கி வைத்துவிடுவார்கள் எவரேனும் ஒருவர் அந்த வலைத்தளத்திற்குச் செல்லும் போது தாக்குபவர் அவரின் அனைத்து செயல்களையும் ஆட்கொள்ள கணினி மென்பொருள் அனுமதிக்கிறது, மேலும் ஒருவருடைய பாதுகாப்புபையும் கட்டமைப்பையும் தகர்த்துவிடுகிறது. வேறு எந்த வகையான கணினி குற்றங்களையும் விட இது மிக பெரிய குற்றமாகவும் மற்றும் அதிகமாக பரவியுள்ள குற்றமாகவும் இருக்கிறது.

ஃபிஷிங் பெயர்க்காரணம்

"ஃபிஷிங்" என்பது மீன்பிடித்தல் போல ஒரு கட்டமைப்பாகும். மேலும் இது முக்கியமான தகவலுக்காக "மீன்" என்ற சொல்லை குறிக்கும் வகையில் பயன்படுத்தப்படுகிறது. ஃபிஷிங் தாக்குதல்களிருந்து தப்பிக்க அதன் தாக்கத்தை தடுக்க அல்லது குறைக்க அரசாங்கத்தின் வழியே பொது சட்டம், பயன்படுத்துவோரின் கல்வி, பொது மக்களிடம் விழிப்புணர்வு மற்றும் தொழில்நுட்ப பாதுகாப்பு நடவடிக்கைகள் ஆகியவை அதிகம் தேவைப்படும். ஃபிஷிங் பற்றிய விழிப்புணர்வு மற்றும் அதன் அதிக முக்கியத்துவம் இன்றளவில் அதிகம் காணப்படுகிறது தனிப்பட்ட நபரிடமும், தனியார் நிறுவனங்களிலும், அரசு அமைப்புகளிலும் மற்றும் தொழில்முறை நிர்வாகத்திடமும் இது அதிகரித்துள்ளது.

1. மின்னஞ்சல் ஃபிஷிங்

2.ஸ்பியர் ஃபிஷிங்

3.திமிங்கிலம் மற்றும் தலைமை நிர்வாக அதிகாரி ஃபிஷிங் - வேள் மற்றும் சிஇஒ ஃபிஷிங்

4. ஒத்த உருவம் ஃபிஷிங் – குளோன் ஃபிஷிங்

5. குரல் ஃபிஷிங்

6. குறுஞ்செய்தி ஃபிஷிங் – எஸ்எம்எஸ் ஃபிஷிங்

7. பேஜ் ஹைஜாக்கிங்

8. ஈ-ஹோரிங்

9. காலண்டர் ஃபிஷிங்

10. குஷிங் - ஃபிஷிங்

11. இணைப்பு கையாளுதல் – லிங்க் மேனிபுலேஷன்

12.கேட்ஃபிஷிங்

13. வடிகட்டி ஏய்ப்பு – பில்டர் எவிசன்

14. சமூக பொறியியல் – சோசியல் இன்ஜினியரிங்

15. ஆள்மாறாட்டம்

16. காதல் மோசடி

17. முன் கட்டண மோசடி

18. மின்னஞ்சல் ஹைஜாக்கிங் /நண்பர் மோசடிகள்

19. தொலைநகல் பரிமாற்றங்கள்

20. எஸ்எம்எஸ் சந்தா செய்திகள்

21. வேலைவாய்ப்பு மோசடிகள்

22. மாடலிங் வேலை மோசடிகள்

23. பயிற்சி மோசடி

24. ஊதியம் தராமல் பயிற்சி மோசடி

25. லாட்டரி மோசடி

26. ஆன்லைன் விற்பனை மோசடி

27. போலியான மாநாடு மோசடி

28. வாடகை மோசடி

29. செல்லப்பிராணி மோசடிகள்

30. மொபைல் டவர் நிறுவுவதில் மோசடி

31. முதலீடு மோசடி

32. பிளாக்மெயில் மோசடி

33. ஆன்லைன் கேளிக்கை

34. ஏடிஎம் அல்லது கடன் அட்டை நீட்டிப்பு செய்ய

35. சிறிய பெமென்ட்ஸ்

36. ஆன்லைனில் வங்கி பரிமாற்றம்

37. ஈ-காமர்ஸ் தள்ளுபடி மோசடி

38. இணையதளத்தில் வாடிக்கையாளரின் பதிவை பெரும் செயல்

39. ஆர்டர் ஷிப்பிங் டெலிவரி முகவரி மாற்றி மோசடி

40. ஆன்லைன் போலியான மின்னணு கடைகள் ஷாப்பிங் மோசடி

41. இணைப்பைக் கிளிக் செய்ய வைக்கும்

42. போலியான இணைய பகுதிகள்

43. போலி கட்ஆஃப் புள்ளிகள்

44. பொது வைஃபையைப் ஷாப்பிங்

45. மின்னஞ்சல் ஷாப்பிங் ஃபிஷிங்

46. போலி டெலிவரி முகவர்கள்

47. போலி ஆட்சேபனை போலி கூப்பன்கள்

48. லாஸ்ட் அரேஞ்ச்மென்ட் விஷயங்களை மிக சீக்கிரம் வாங்குதல்

49. ஆன்லைன் போலி மதிப்பாய்வு - நியாயமற்ற எண்ணிக்கையிலான விழிப்பூட்டல்களில் ஈடுபடுதல்

50. இலவச டெலிவரி சலுகைகள்

51. உண்மையான இணையதளத்திலிருந்து போலியான அறிவிப்புகள்

52. விலை குறைவு என நம்பி வாங்கும் தரமற்ற பொருட்களிடமிருந்து உங்களைப் பாதுகாத்துக் கொள்ளுங்கள்

53. சந்தேகத்திற்குரிய யுஆர்எல்கள்

54. மதிப்புரைகள் போலியான விமர்சனங்கள்

55. உலாவி தேடலில் ஷாப்பிங்

56. கட்டண அட்டை கட்டணம்

57. 90% தள்ளுபடி

58. விஷிங்

59. குளோனிங் குரல் டிஜிட்டல் தாக்குதல்

60. ரோபோகால்

61. வாய்ஸ் ஓவர் ஐபி (விஓஐபி)

62. போலி வாடிக்கையாளர் சேவை ஐடி

63. டம்ப்ஸ்டர் ப்ளங்கிங் மற்றும் டம்ப்ஸ்டர் ஜம்பிங்

64. உதவி மையத்தில் இருந்து கார்டு புதுப்பிப்பு

65. தொலைபேசி செய்தி தந்திரம்

66. பழைய விற்பனை வாடிக்கையாளர் அழைப்பு

67. போலி வழிகாட்டுதல்

68. கணக்குத் தகவல் ஃபிஷிங்

69. மோசடி ஃபோன் எண்

70. கைப்பற்றுதல் அல்லது பிடுங்குதல் அல்லது பிடித்தல்

71. மால்வேர் மற்றும் பாட்நெட்ஸ்

72. கிளையண்ட் கன்சோல்

73. மின்னஞ்சல் மிரட்டி பணம் பறித்தல்

74. மிமிக்கிங்

75. நட்புரீதியான திட்டமிடல் ஃபிஷிங்

76. போலியான ஒப்பந்த சலுகைகள்

77. "உதவிக்கான கோரிக்கை" மின்னஞ்சல் தந்திரத்தின் அமைப்பு

78. வணிக மின்னஞ்சல் சமரசம்

79. அரசிடமிருந்து மின்னஞ்சல்

80. பணியமர்த்தப்பட்ட கொலையாளி

81. மின்னணு டேட்டிங் தளப் பக்க கருத்து மோசடி

82. டேட்டிங் மிரட்டி பணம் பறிக்கும் மோசடி

83. ஆன்லைன் நிபுணர்களின் பட்டியல்

84. பாஸிங் சப்போர்ட் மோசடி

85. போலி திருமண அமைப்பு

86. ரகசிய வாடிக்கையாளர்

87. டிராஃபிக் டிக்கெட் ஸ்பேம்

88. வாய்மொழி

89. பணி இடுகையிடும் மோசடி

90. பேபால் மோசடி

91. மருந்தாக்கம்

92. நியோலாஜிசம்

93. குறிப்பிட்ட உதவி மோசடி

94. ஸ்மிஷிங்

95. உள்நுழைவுச் சான்றுகள் மோசடி

96. வாடிக்கையாளர் கவனிப்பு மோசடி

97. முதலாளி அல்லது கூட்டாளி கூறுதல் மோசடி

98. சில வேறு ஒருவருக்கு எண்ணை மெசேஜ் செய்வதாக கூறும் மோசடி

99. காம்ப்ளக்ஸ் அப்ரூவல் ப்ளாக்மெயில்

100. இலவச விண்ணப்பங்களை வழங்குவதாக மோசடி

101. பத்திரங்கள் சிதைவு

102. அஷ்யூரன்ஸ் பிளாக்மெயில்

103. கார்ப்பரேட் உத்தரவாதங்கள் ஏமாற்று மற்றும் சிதைவு மோசடி

104. வலை ஏமாற்று மோசடி

105. ஸ்கால்பிங்

106. இன்சைடர் டிரேடிங்

107. மைக்ரோகேப் பங்கு மோசடி

108. பாட் ஹவுஸ் மோசடி

109. குறுகிய விற்பனையில் அடிப்படைகள் தவறாகக் கையாளப்படுகின்றன

110. ஏமாற்று உறுதி

111. ஸ்டிக் ஃபிஷிங்

112. ஸ்கேவர் ஃபிஷிங்

141. ஏல ஆரம்ப கட்டணம் மோசடி

142. ஆன்லைன் ஸ்ஃபின்னிங் வீல் அல்லது ஸ்கிராச் கார்டு மோசடி

143. அரசிடமிருந்து ஒதுக்கப்பட்டுள்ள திட்டதிற்கு இந்த எண்ணைத் தொடர்பு கொள்ளவும்

144. புனித நீர் அல்லது ஆயர்வேத நீர் மோசடி

145. போதை அல்லது அழகு கலை காளான் மோசடி

146. சினிமா கூட்ட நிதி மோசடி

147. ஆன்லைன் விமர்சன மோசடி

148. சமூக வலைத்தளங்களில் பார்வையாளர்களை அதிகரிக்க மோசடி

149. பங்கு வர்த்தகம் அல்லது கமாடிட்டி வர்த்தக மோசடி

150. பென்சில் பாக்ஸ் நிரப்பும் மோசடி

151. பழைய பழம்பொருட்கள் மற்றும் சிலைகள் மோசடி

152. விலையுயர்ந்த வாட்ச் அல்லது கேஜெட்டுகள் குறைந்த விலை மோசடி

153. திருட்டுப் பொருள் குறைந்த விலையில் கிடைக்கும் நம்பவைத்து மோசடியில்

154. சொத்துக்கள் அடமானம் மோசடி

155. அரசு மானியம் மோசடி

156. புதுப்பித்தல் பொருட்கள் மோசடி

157. கிரிடிட் கார்டு ரிவார்டு மோசடி

158. போலி வரி மோசடி

159. கார், மொபைல் தயாரிப்பு அல்லது விலையுயர்ந்த தயாரிப்பு முன்பதிவு மோசடி

160. ஸ்பானிஷ் கைதிகளின் மோசடி

161. ஒரு தனிப்பட்ட நபரின் கடிதம்

162. மிரட்டி பணம் பறித்தல்

163. ஆட்சியாளர் மோசடி

164. குறிப்பிடப்படும் நபரை ஏமாற்றுதல் அல்லது குறிப்பிடப்படும் நபரை தவறாக வழிநடத்துதல்

165. இலக்கு பொருளாதாரம்

166. வெளிநாட்டு பணம் மோசடி

167. விமானப் பதிவுகளுக்கு பணம்

168. தங்கம், ரத்தினங்கள் மோசடி

169. இணையத்தில் பேச மோசடி

170. பதவி மோசடி

171. அவசர மருத்துவ பணம் மோசடி

172. தனிமையில் இருப்பவர்களை மிரட்டி அல்லது விசாரணை செய்வதாக மோசடி

173. டேட்டர்களின் மோசடி

174. மரணதண்டனை மோசடி

175. வங்கி தகவல் மோசடி

176. இரகசிய வெளிப்பாடு மற்றும் உள்நுழைவு நீட்டித்தல் மோசடி

177. அடையாளம்காட்டி மோசடி

178. படங்கள் உள்நுழைவு மோசடி

179. சரிபார்த்தல் மற்றும் அகற்றுதல் மோசடி

180. வர்த்தக உறுதிப்படுத்தல் மற்றும் ஸ்டாம்பிங்

181. பல்வேறு சோதனை மோசடி

182. மின்னஞ்சல் உள்ளடக்கம் திருத்தம்

183. குற்றவியல் குழுக்கள்

184. விலகி வர பணம் மோசடி

185. பிராண்ட் மோசடி

186. ஆன்லைன் டைவர்ஷன் மோசடி

187. விர்ச்சுவல் டைவர்ஷன் மோசடி

188. ஆன்லைன் பிளாக்மெயிலின் ஆலோசனை

189. போலி சில்லறை விற்பனை

190. போலி நகல்

191. மின்னணு வளங்கள் நகர்வு அல்லது வயர் அமைப்பு

192. திசைதிருப்பல்

193. கார்டு மோசடி

ஃபிஷிங் வகைகள்

1. மின்னஞ்சல் ஃபிஷிங்

இந்த வகையான மின்னஞ்சல் ஃபிஷிங் தாக்குதல்கள், பெரும்பாலும் பொது மின்னஞ்சல் ஸ்பேம் மூலமே பயனாளரின் கணினிக்குள் ஊடுருவுகின்றன. முக்கியமான மின்னஞ்சல் தகவல் வந்தது போலவோ அல்லது உள்நுழைவு சான்றுதல்கள் உள்ளது போலவோ தோற்றம் கொண்டு மின்னஞ்சல்கள் பயனாளர்களிடம் வந்து சேரும், பயனாளர் அதனை திறந்து பார்க்கும் அந்த நொடியே ஃபிஷிங் தாக்குதல்கள் துவங்கும்.

பயனாளரை ஏமாற்ற முயற்சிக்கும் பெரும்பாலான தாக்குதல்கள் "மொத்தத் தாக்குதல்கள்" ஆகும், அவை தனிநபருக்காக இலக்கு வைக்கப்படாதவை அவை மொத்தமாக அனுப்பப்படுகின்றன. எனவே பெரும்பாலான நேரங்களில் இந்த மொத்த மற்றும் பரிச்சியமில்லாத மின்னஞ்சல்களை திறந்து பார்க்க வேண்டாம்.

பெரும்பாலான பெரிய நிதி நிறுவனங்கள், தனிநபர்கள், அரசு அலுவலகங்கள், தனியார் நிறுவனங்கள், மின்னஞ்சல் வழங்குநர்கள், கிளவுட் தரவு வழங்குநர்கள் மற்றும் ஸ்ட்ரீமிங் செய்வோர் உள்ளிட்ட பொதுவான அனைவரும் இலக்கு வைக்கப்படுவார்கள் சிலசமயம் இந்த இலக்கு மாறுபடும்.

திருடப்பட்ட தகவல் அல்லது தரவுகள் அனைத்தும் அந்த நிறுவனத்தின் பணத்தையோ அல்லது அவர்களின் வாடிக்கையாளர்களின் பணத்தையோ அல்லது அதில் வேலைசெய்யும் தனி நபரின் பணத்தையோ திருட வழிவகைசெய்யும். தீங்கான மென்பொருள்களை நிறுவ அல்லது இலக்கு வைக்கப்பட்ட நிறுவனத்திற்குள் ஃபிஷிங் செய்ய பயன்படுத்தபடுகிறது.

பெரும்பாலும் இந்த தரவுகள் அல்லது கணக்குகள் டார்க்நெட் சந்தைகளிலும் விற்கப்படுகின்றன. கள்ள சந்தையில் தரவுகளுக்கு பெரும் தொகை கொடுக்க ஒரு பெரிய கூட்டமே காத்திருக்கிறது.

ஃபிஷிங் போன்ற போலி மின்னஞ்சல்கள் வங்கி, பொது நிறுவனம் அல்லது அரசு நிறுவனம் போன்ற நம்பகமான இடத்திலிருந்து வருவது போல தோற்றமளிக்கின்றன. இந்தச் செய்திகள் பொதுவாக வேறு ஒரு போலி உள்நுழைவுப் பக்கத்திற்கு அனுப்பப்படும் அங்கு பயனர் தங்கள் தனிப்பட்ட முக்கியமான தகவல்களை உள்ளிடும்படி செய்யும். அது முக்கியமான தகவல் என எண்ணி அவர்கள் கேட்கும் நமது தரவுகளை உள்ளிடும்போது நமது பணம் பறிபோய்விடும்.

2. ஸ்பியர் ஃபிஷிங்

ஸ்பியர் ஃபிஷிங் என்பது ஒரு தனி நபரையோ அல்லது ஒரு தனி நிறுவனத்தியோ அடையாளம் கொண்டு அதனை பிரத்தேர்தமாக இலக்கு வைக்கப்பட்டு செய்யப்படும் ஃபிஷிங் தாக்குதலாகும்.

இங்கு தனி ஒருவருடைய மின்னஞ்சலை பயன்படுத்தி ஒரு குறிப்பிட்ட தனிநபர் அல்லது ஒரு குறிப்பிட்ட நிறுவனத்தை சென்றடையும் மேலும் இந்த மின்னஞ்சல் முறையான நபரிடமிருந்து வந்துள்ளதாக நம்ப வைக்கும். இதன்மூலம் தனது திட்டத்தினை செயல்படுத்தும்.

இந்த தாக்குதல்கள் பெரும்பாலும் பெரு நிறுவனங்களின் முக்கிய நிதி அமைப்பையோ அல்லது அதன் தரவு மேலாளரையோ, சேவைகளுக்கான நபரையோ, அங்குள்ள முக்கிய நிர்வாகிகளையோ, நிதி துறை சார்தவர்களையோ அல்லது அதன் முதலாளிகளையோ குறிவைக்கின்றன. கணக்கியல் மற்றும் தனிக்கை நிறுவனங்கள் தங்களின் ஊழியர்களிடமிருந்து

பெறப்படும் தகவலின் மூலமாக ஈட்டி ஃபிஷிங் துல்லியமாக நிகழ்த்தப்படுகிறது

3. திமிங்கிலம் மற்றும் தலைமை நிர்வாக அதிகாரி ஃபிஷிங் - வேள் மற்றும் சிஇஒ ஃபிஷிங்

திமிங்கலத் தாக்குதல்கள் ஸ்பியர் ஃபிஷிங் போலவே கணினி தொழில்நுட்பங்களைப் பயன்படுத்தி நிறுவனத்தின் மூத்த நிர்வாகிகள் மற்றும் பிற உயர்நிலை தனிநபர்களை குறிவைத்து நடத்தப்படுகிற தனி நபருக்காக பிரத்யேர்தமாக உருவாக்கப்பட்ட உள்ளடக்கமாகும், பெரும்பாலும் வாடிக்கையாளர் புகார் தொடர்பானதாக இருக்கும்

திமிங்கலத் தாக்குதல்கள் வெளிநாட்டுக் கணக்கிற்குப் நிறுவனத்தின் பணத்தை

அனுப்புவதற்காக தங்களது ஊழியர்களை ஏமாற்ற நிறுவனத்தின் மூத்த நிர்வாகிகளிடமிருந்து வந்த போலி மின்னஞ்சல்கள் போன்ற இருக்கும்.

4. ஒத்த உருவம் ஃபிஷிங் – குளோன் ஃபிஷிங்

குளோன் ஃபிஷிங் என்பது ஒரு இணைப்பு அல்லது அந்த இணைப்பை போலவே வேறு ஒரு இணைப்புடன் கூடிய அசலான மின்னஞ்சல் முற்றிலுமாக நகலெடுக்கப்பட்ட மின்னஞ்சலாகும். இந்த மின்னஞ்சல்கள் தீங்கு செய்யும் மின்னஞ்சலையோ அல்லது ஏதேனும் மென்பொருளையோ கொண்டிருக்கும். இது மாற்றியமைக்கப்பட்ட மின்னஞ்சலாகும். இது நிஜமான அனுப்புநரின் போலி முகவரியில் இருந்து அனுப்பப்படுகின்ற ஒன்று.

5. குரல் ஃபிஷிங்

குரல் ஃபிஷிங் என்பது விஷிங் அல்லது வாய்ஸ் ஃபிஷிங் ஆகும். குரல் ஃபிஷிங் தொலைபேசி அழைப்பு ஒரு முறையான வங்கி அல்லது நிறுவனத்தில் இருந்து வருவது போல் தோன்றும். இந்த வகையான வாய்ஸ் ஓவர் ஐபி விஷிங் அதிக எண்ணிக்கையிலான நபர்களுக்கு தானியங்கி தொலைபேசி அழைப்புகளை மேற்கொண்டு ஒருவருடைய வங்கி கணக்கோ அல்லது வேறேனும் முக்கிய கணக்குகளில் உள்ள மோசடியான செயல்பாட்டைக் சுட்டி காட்டி முக்கியமான தகவலை உள்ளிடும்படி தூண்டப்படுகிறார். இந்த அமைப்பு ஒருவருடைய தகவல்களைப் பெற சமூகப் பொறியியல் பயன்பாட்டினை வேறுஒரு கணிப்பொறியில் திசைதிருப்ப படுகிறார்.

6. குறுஞ்செய்தி ஃபிஷிங் – எஸ்எம்எஸ் ஃபிஷிங்

எஸ்எம்எஸ் ஃபிஷிங் அல்லது ஸ்மிஷிங் என்பது ஒரு வகை சமூக பொறியியல் வகையான ஃபிஷிங் தாக்குதல் அது நமது செல்போன் அல்லது ஸ்மார்ட்போனிற்கு ஒரு குறுஞ்செய்தியை அனுப்பி ஃபிஷிங் செய்யப்படும் ஒரு தூண்டில் போன்ற அமைப்பு ஆகும். இது நமக்கு வழக்கமாக வரும் குறுஞ்செய்தியை இணைப்பைக் கிளிக் செய்யவும், தொலைபேசி எண்ணை அழைக்கவும் அல்லது நமக்கு வரும் குறுஞ்செய்தியில் அனுப்பப்படும் மின்னஞ்சல் முகவரியைத் தொடர்பு கொள்ளவும் உந்தப்படுகிறது, அல்லது அவர்களது மற்ற பிற இணையதளங்களுக்கான உள்நுழைவு சான்றுகள் போன்ற தனிப்பட்ட தகவல்களை வழங்குமாறு நம்மிடம் அறிவுறுத்தப்படுகிறது. ஸ்மார்ட்போனின் எஸ்எம்எஸ்களில் வரும் யுஆர்எல்லில் குறைவான தகவல்களே தென்படுவதால் முறையற்ற இணைப்புகளை அடையாளம் காண்பதில் அதிக சிரமம் உள்ளது தற்சமயம் நிமிடம் உள்ள ஸ்மார்ட்போன்களில் அதிவேகமான இணைய இணைப்பு இருப்பதால் இது கூடுதல் சுமையை ஏற்படுத்தும் மேலும் ஸ்மிஷிங் மின்னஞ்சல் ஃபிஷிங் போன்ற அமைப்புகளிடம் மிகவும் பாதுகாப்பாக இருக்க வேண்டியது அவசியம். வித்தியாசமான ஃபோன் எண்களில் இருந்தும்

சிரிப்பூட்டும் செய்திகள் வரும் கவனமாக இருக்கவேண்டும்

7. பேஜ் ஹைஜாக்கிங்

பேஜ் ஹைஜாக்கிங் (பக்கக் கடத்தல்) பெரும்பாலும் பெருநிறுவனகளை குறிவைத்து அரகேற்றப்படும் அல்லது மிகவும் பரிட்சயமான இணையதள பக்கங்களில் செய்யப்படும் ஒரு ஃபிஷிங் யுக்தி. நாம் பயன்படுத்தும் பொதுவான இணையதளத்திலிருந்து வேறு ஒரு தீங்காண வலைத்தளங்களுக்கு தானாக திருப்பி விடும்படி செய்யப்படும். மேலும் பரிட்சியமான இணையப் பக்கங்களிலிருந்து நம்மை வேறு ஒரு தளத்திற்கு கொண்டுசெல்வதன் மூலம் நமது தரவுகள் திருடப்படுகிறது. இவ் வாகையான அமைப்பு நம்மை பரிட்சியமான இணையதளத்தில் நமது முக்கிய தகவல்களை உள்ளீடு செய்யவைத்து நம்பகமான பக்கங்கள்தான் நமது தரவுகளை கேட்பதாக எண்ணி நமது அணைத்து தகவல்களையும் தந்துவிடுகிறோம் இதனால்

எளிதாக நமது முக்கிய தரவுகள் மூலம் பெரும் தொகை களவாடப்படுகிறது

8. ஈ-ஹோரிங்

ஈ-ஹோரிங் என்பது பொதுவெளியில் தனிநபர்களை குறிவைத்து அரங்கேற்றப்படும் ஒரு தனித்துவமான மோசடி யுக்தி அது திருடப்பட்ட அழகான பெண்களின் புகைப்படங்களையும் அல்லது கவர்ச்சியான மற்றும் வெளிப்படையான புகைப்படங்களையும் கொண்ட தொகுப்பை காட்டி ஆசைகளை தூண்டுகிறார். பின் தன்னிடம் இன்னும் அதிகமான புகைப்படங்கள் உள்ளதாக கூறி வீடியோக்களை நமக்கு விற்பதற்காக ஆசைகாட்டி நமக்கு உறுதியளிக்கிறார் அதனை நம்பி பெரும் தொகை செலுத்திவிடுகிறோம், பின் சொன்ன தேதி வரும்போது அந்த படங்களுக்கு டிமாண்ட் அதிகமாகிவிட்டதால் இன்னும் பணம் வேண்டும் என்று கேட்டு நிர்பந்திக்கிறார், ஏற்கனவே பணம் செலுத்திவிட்டதாலும் அந்த படங்களின் மேல் உள்ள ஆசையாலும் இன்னும் கொஞ்சம் பணம் தந்தால் கிடைத்துவிடும் என்ற நம்பிக்கையிலும் நாமும் பணம் செலுத்திவிடுகிறோம், பணத்தை பெற்றுக்கொண்ட பின் மோசடி நபர் தலைமறைவாகிவிடுவார் நாமும் அதனை

வெளியில் சொல்லமுடியாமல் இப்படி ஒரு சம்பவம் நடக்காதது போல மூடி மறைத்துவிடுகிறோம்.

9. காலண்டர் ஃபிஷிங்

நாம் தினசரி பயன்படுத்தும் கேலெண்டர்களில் போலியான கேலெண்டர் தரவுகளை யுட்புகுத்தி ஃபிஷிங் செய்யப்படுகிறது. போலியான கேலெண்டர் அழைப்பிதழ்களை அனுப்புதல் மூலம் நமது கணினியில் தேவையற்ற மென்பொருள் நிறுவப்படுகிறது இது ஃபிஷிங் இணைப்புகளுடன் நம்மை இணைக்கப்படுகிறது. இவ்வகையான அழைப்பிதழ்கள் பெரும்பாலும் பொதுவான நிகழ்வு நிரல்களை உள்ளடக்கியது எனவே நாமும் அதனை நம்பி நமது கணினியில் உள்ளீடு செய்கிறோம் அது தானாகவே நமது காலெண்டர்களில் சேர்க்கப்படுவிடும் எனவே புதிய அழைப்பிதழ்களைத் தானாகச் சேர்க்காதபடி காலண்டர் அமைப்புகளை நாம் மாற்றி வைத்துக்கொள்வது மிக அவசியம்

10. குஷிங் - ஃபிஷிங்

ஃக்யூஆர் குறியீட்டினை பயன்படுத்தி எளிதாக செய்யப்படும் ஒரு வகையான ஃபிஷிங் தாக்குதல்களே குஷிங் தாக்குதல்கள் எனப்படுகிறது. பெரும்பாலும் இணையதளத்திலும் அல்லது நமது மின்னஞ்சலுக்கும் வரும் ஃக்யூஆர் குறியீட்டின் மூலத்தை அறியாமல் நாம் நமது கணினியிலோ அல்லது நமது ஸ்மார்ட்போனிலோ எளிதாக தவிறக்கம் செய்து பயன்படுத்திவிடுகிறோம் அது நமது தொலைத்தொடர்பு சாதனத்தில் தீங்கான பல மென்பொருள் அல்லது செயலியினை நிறுவச்செய்கிறது, இதனால் எளிதாக நமது முக்கிய குறிப்புக்கள், தகவல்கள், அல்லது தரவுகளை கயவர்களிடம் கொண்டுசேர்க்கிறது.

"குஷிங்" என்ற வார்த்தையானது, ஃக்யூஆர் குறியீட்டினை மையமாக கொண்டு அரேங்கேற்றப்படுவதால் இது குஷிங் என்று அழைக்கப்படுகிறது. நாம் ஃக்யூஆர் குறியீட்டினை எளிதாக நம்பிவிடுவதால் இது சைபர் கயவர்களுக்கு எளிதான இலக்காக மாறிவிடுகிறது

இது மற்ற ஃபிஷிங் தாக்குதல்களை விட மிக எளிதானது அதிக பாதிப்பு தரக்கூடியது நமது நம்பகத்தை எளிதில் பெற்றுவிடுவதால் இது வெகு சுலபமான ஒன்றாக மாறிவிடுகிறது. இவ்வகையான ஃக்யூஆர் குறியீடுகள் வங்கி கணக்கு சம்பந்தமாக ஏதேனும் தகவல்கள் தங்களிடம் சரியாகவுள்ளதா என சரிபார்க்க சொல்லி மின்னஞ்சல் மூலமாகவோ அல்லது எஸ்எம்எஸ் மூலமாகவோ அனுப்பப்படுகிறது அல்லது பொதுவெளியில் வங்கிகள் அல்லது ஏடிஎம் மிஷின்களில் அருகிலோ காட்சிப்படுத்தப்படுகிறது எனவே நாமும் அதன் நம்பகத்தன்மையை அறியாமல் அந்த ஃக்யூஆர் குறியீடினை ஸ்கேன் செய்து க்விஷிங் தாக்குதல்களுக்கு ஆளாகிறோம் எனவே எச்சரிக்கையுடன் செயல்படவும், எந்த ஃக்யூஆர் குறியீட்டினையும் அதன் மூலத்தை அறியாமல் ஸ்கேன் செய்வதைத் தவிர்க்கவும்

11. இணைப்பு கையாளுதல் –

லிங்க் மேனிபுலேஷன்

ஒரு உண்மையான மற்றும் பரிட்சயமான இணையதள பக்கங்களை போலவே ஒத்த உருவ அமைப்புள்ள நகலெடுக்கப்பட்ட பக்கங்களை உருவாக்கி, அந்த போலி இணையதள பக்கங்கள் மூலம் ஃபிஷிங் தாக்குதல்கள் நேர்த்தியாக செய்யப்படுகிறது. இந்த பக்கங்கள் காண்பதற்கு பெரும்பாலும் குறிப்பிட்ட முறையான அமைப்பில் உள்ள இணையதளங்களை போலவே போலியான உள் இணைப்புகளை கொண்ட பக்கங்களாகும். இந்த இணைப்புகள் நம்மை ஏமாற்ற ஒரே மாதிரியான யுஆர்எல்களை கொண்ட அல்லது துணை டொமைன்களைப் பயன்படுத்தி நம்மை பிற இணையதளங்களுக்கு இட்டு செல்லும் ஃபிஷிங் முறைகளாகும். உதாரணமாக நமது வங்கியின் யுஆர்எல் போலவே வங்கியின் பெயர் மற்றும் சில எழுத்துக்கள் மட்டும் கூடுதலாக இணைக்கப்பட்டு நமது உண்மையான வங்கியிலிருந்து பெறப்படும் இணையதள சேவை போலவே தோற்றமளித்து உண்மையான இணையதளத்தில் என்னென்ன உள்ளீடுகை செய்வோமோ அதே போலவே செய்யவைத்து

நமது தரவுகளை பெற்றுவிடுகின்றன இதில் கூடுதலாக நமது வங்கி இணையதளத்தின் பகுதிக்கு நம்மை அழைத்துச் செல்வது போல் தோன்றச்செய்யும் ஆனால் உண்மையில் இந்த யுஆர்எல் இணையதளத்தின் டொமைன் பெயர் ஃபிஷிங் துணை டொமைனுடைய பகுதிக்கு கொண்டுசெல்லப்படுகிறது.

இன்னும் வேறுவிதமாக சொல்லவேண்டுமென்றால் ஒரு இணையதள இணைப்பிற்கான காட்டப்படும் யுஆர்எல்ஜ நம்பகமானதாகக் காட்டுவதற்கு உண்மையான இணைப்புடன் கூடுதலாக நிறுவப்பட்ட பக்கங்களுக்கு நம்மை திருப்பிவிடும் அந்த குறிப்பிட்ட இணையதள இணைப்பின் இலக்கைச் சரிபார்க்க பல மின்னஞ்சல் கிளைகள் காண்பிக்கப்படும் மேலும் அந்த யுஆர்எல்ஜ உண்மைதான் என நம்பவைக்க பல நிலைப் பட்டியில் வட்டமிட்டு காண்பிக்கப்படும் இதனால் இந்த முகவரியை நாம் உண்மையென நம்பிவிடுகிறோம்

சர்வதேசமயமாக்கப்பட்ட டொமைன் பெயர்கள் மற்றும் ஹோமோகிராஃப் தாக்குதல்கள் மூலம் ஃபிஷிங் தாக்குதல்கள் செய்யப்படுகிறது இதனால் நமது பார்வைக்கு ஒரே மாதிரியான முகவரிகளைக் கொண்ட இணையத்தளம் போன்றே தோன்றலாம்

மேலும் இந்த போலி இணையதளங்களை கயவர்கள் சட்டப்பூர்வமாக உருவாக்கவும் முடியும்.

நம்பகமான பல வலைத்தள பக்கங்களில் கூட சில யுஆர்எல்கள் உட்புகுத்தப்பட்டு நம்மை திசைதிருப்பப்படலாம். இந்த திருதிமைக்கப்பட்ட யுஆர்எல்கள் நம்மை தீங்கான வேறுஒரு யுஆர்எல்களில் நம்மை வழிநடத்த படும். கயவர்கள் உண்மையான டிஜிட்டல் சான்றிதழ்களை போலவே போலியான செல்லுபடியாகும் டிஜிட்டல் சான்றிதழ்களை நிறுவதால் எஸ்எஸ்எல் போன்ற அமைப்புகள் கூட இந்த தாக்குதல்களுக்கு எதிராகப் செயல்படாமல் போகும், இதனால் பிரதிபலிக்கும் வகையில் உள்ள தீங்கான தளங்கள் இணையதள பக்கங்களின் உள்ளடக்கத்தை மாற்றிவிடும்

12. கேட்ஃபிஷிங்

முகம் பெரிதும் தெரியப்படாத நடிகைகளின் படங்கள் அல்லது மாடல்களின் புகைப்படங்களை கொண்டு நம்மிடம் அந்த மாடல் அல்லது நடிகைதான் பேசுவதாக நம்ப வைத்து ஏராள்மான

பணம், நகைகள், அல்லது வங்கி தரவுகளை பெற்று ஏமாற்றப்படுவர் சிலசமயம் இராணுவத்தில் உள்ளோரின் படங்களும் பெயர்களும் கொண்டு ஏமாற்றப்படுகிறார்கள் ஏனெனில் இராணுவத்தில் பணியாற்றுவது போல் நடிப்பதால் கயவர்களை எளிதில் நேரில் சந்திப்பதற்கு வாய்ப்பு கிடைக்காமல் போகிறது.

13. வடிகட்டி ஏய்ப்பு – பில்டர் எவிசன்

எழுத்துக்களால் இல்லாமல் படங்களை பயன்படுத்தி செய்யப்படும் ஃபிஷிங் வடிகட்டி ஏய்ப்பு அமைப்பு ஆகும் இந்த வகையான ஃபிஷிங் மின்னஞ்சல்கள் மூலம் வங்கியிலிருந்து வருவதுபோலோ அல்லது வேறு சில முக்கியமான நிறுவனங்களிலிருந்து வருவதுபோலோ தோற்றமளிக்கக்கூடியவை. மேலும் பொதுவாகப் பயன்படுத்தப்படும் இவ் வகையான ஃபிஷிங்கள் பாதுகாப்பு கவசத்தை ஏமாற்றி உள்நுழைய படங்களை பயன்படுத்தும். பாதுகாப்பு கவசங்கள்

உரையைக் எளிதில் கண்டுபிடித்துவிடும் ஆனால் படங்களை கண்டறிய ஃபிஷிங் எதிர்ப்பு பாதுகாப்பு அமைப்பு வடிப்பான்களுக்கு சவலாக இருக்கும். இந்த படங்கள் பாதுகாப்பையும் மீறி உள்நுழைந்துவிடும் கவனமாக இருப்பது அவசியம்

14. சமூக பொறியியல் – சோசியல் இன்ஜினியரிங்

ஒரு நம்பகமான நிறுவனத்திலிருந்து வந்தது போல பாசாங்கு செய்து நம்முடைய வங்கி கணக்கு அல்லது காப்பீட்டுக் கணக்கு நிரந்தரமாகவோ அல்லது தற்காலிகமாக மூடுவது போலவோ, இல்லாவிடில் பறிமுதல் செய்யப்பட்டுவிடும் என்ற அச்சுறுத்தல் மற்றும் அவசர உணர்வை ஏற்படுத்தி தீங்கான ஒரு இணையதள இணைப்பைக் திறக்க அல்லது தொடர்புகொள்ளவைத்து முக்கியமான நமது தகவலை திருடி ஃபிஷிங் செய்து ஏமாற்றி

நம்மிடம் பணத்தை பறித்துவிடுவார்கள். இந்த ஃபிஷிங் பெரும்பாலும் சமூக பொறியியலின் நவீன தொழில் நுட்பங்களைப் பயன்படுத்தி செய்யப்படுகிறது எனவே பரிட்சயம் இல்லாத இணைப்பை தொடாமலிருக்க வேண்டும்

15. ஆள்மாறாட்டம்

நம்மை ஏமாற்ற போலியான செய்தி குறிப்புகளையும் கட்டுரைகளைப் பயன்படுத்தி நம்மை போலியான இணையதள இணைப்பை தொட செய்து ஃபிஷிங் இணையதளங்களுக்கு கொண்டுசேர்த்துவிடும். இவ்வகை இணைப்புகள் பெரும்பாலும் முறையானதாக தோன்றும் போலி இணையதளங்களுக்கு கொண்டுசெல்லவே வடிவமைக்கப்பட்டது இது நமக்கு போலியான போலியான மென்பொருட்களை உள்ளீடு செய்ய வைரஸ் பரவியது போன்ற தோரணையை ஏற்படுத்தும்

16. காதல் மோசடி

காதல் மோசடி என்பது ஒரு தனிநபரிடம் காதல் ஆசைகளை காட்டி அவரை தனது காதல் வலையில் விழச்செய்து அவர்களிடம் தங்களுக்குள்ள நல்லெண்ணத்தைப் பயன்படுத்தி பொய்யான சாக்குப்போக்குகளில் பணம் பெற்றுக்கொள்வது மேலும் அவருக்கு எதிராக மோசடிகளை செய்து தங்களுக்கு தேவையானவற்றை செய்யவைப்பது ஆகும். நம்முடைய பணம், ஏடிஎம் அட்டைகள், வங்கி கணக்கு தகவல்கள், கடன் அட்டைகள், காப்பீடுகள், பாஸ்போர்ட்கள், ஏனைய முக்கிய தரவுகள், மின்னஞ்சல் கடவுச்சொற்கள், தேசிய அடையாள அட்டை எண்கள், எஸ்எம்எஸ் தரவுகள் என அனைத்தையும் அவர்களால் களவாடப்படும். இல்லையென்றல் அந்த நபர்களை பயன்படுத்தி கயவர்கள் சார்பாக நிதி மோசடி செய்ய கட்டாயப்படுத்தப்படும்

ஒரே நேரத்தில் பல நபர்களிடம் காதல் ஆசைகாட்டி பணம் பறிப்பதற்காக ஒரு கும்பல்களாக சேர்ந்து யாராலும் கண்டுபிடிக்கமுடியாத ஒரு ஒழுங்குபடுத்தப்பட்ட மோசடியாக இதனை செய்கின்றனர். இவர்களுக்கு நவீன தொழில்நுட்பம் பெரிதும் உதவுகிறது,

நாளுக்கு நாள் இணைய மோசடிகளை பெரிதும் அதிகரித்துள்ளது இதனால் அதிக பணம் இழக்கப்படுகிறது இதனை வெளியில் சொல்லவும் மக்கள் தயங்குகின்றனர்

17. முன் கட்டண மோசடி

முன் கட்டண மோசடி என்பது நமக்கு பொதுவான நபரிடமிருந்து மின்னஞ்சல் அனுப்பப்படும் அந்த மின்னஞ்சலில் நாம் லாட்டரியில் வெற்றிபெற்றுள்ளோம் என்றும் நாம் அவர்களுக்கு பிரத்யேர்த்தமான வாடிக்கையாளர் என்றும் நமக்காக ஒரு பெரும் தொகை கடன் கிடைக்கும் என்றும் அல்லது ஒரு ஒப்பந்தம் கிடைக்குமென்றும் அல்லது ஒரு பெரிய முதலீடு அல்லது மிகப்பெரிய பரிசு போன்று மதிப்புள்ள ஏதாவது ஒன்றைப் பெறுவதற்கு நாம் முன்கூட்டியே ஒரு சிறிய தொகை கட்டணமாக செலுத்த வேண்டியிருக்கும் என்றும் அந்த மின்னஞ்சலில் வரும் மேலும் நம்மை நம்பவைக்க முன்கூட்டியே நிறைய நபர்கள் இதுபோன்று

ஜெய்துள்ளனர் என்று சில புகைப்படங்கள் அனுப்பப்படும் நாமும் அந்த மின்னஞ்சலை நம்பி கட்டணம் பிராஸிங் கட்டணம், வரி கட்டணம், இறக்குமதி வரி போன்று பல வழிகளில் பணத்தைச் செலுத்துவோம் நீண்ட நாட்களாக காத்திருந்தும் பரிசு பொருளும் வராது அவர்களிலடமிருந்து பதில் ஏதும் வராததை அறிந்து மிக தாமதமாகவே நாம் ஏமாற்றப்பட்டதை அறிவோம்.

முன்பெல்லாம் இந்த மோசடி தொலைநகல் மற்றும் அஞ்சல் மூலம் நடைபெற்றது தற்போது மின்னஞ்சலில் நடைபெறுகிறது. இந்த மோசடிகள் ஸ்பானிஷ் கைதிகள் ஊழல் வகைகள் மற்றும் கருப்பு பண மோசடி ஊழல் வகைகள் போன்று வேறு ஒரு வடிவமாகும்.

18. மின்னஞ்சல் ஹைஜாக்கிங் /நண்பர் மோசடிகள்

ஃபிஷிங், போலி பாஸ்வேர்டுகள் வைரஸ்கள் போன்ற பல தொழில்நுட்பங்கள் பயன்படுத்தி சமூகப் பொறியிலின் உதவியுடன், மின்னஞ்சல் முகவரிக்கான உள்நுழைவுத் தகவலைப் பெற்று ஏற்கனவே உள்ள மின்னஞ்சல் கணக்குகளை அபகரித்து அதன்மூலம் தொழில் கூட்டாளிடமும், நண்பர்களிடமும் குடும்ப உறுப்பினர்களிடமும் ஆள்மாறாட்டம் செய்து நாம் ஒரு அவசர தேவைக்காக பணம் கேட்பதாக சொல்லி பணத்தை திருடிசென்றுவிடுகின்றனர்

19. தொலைநகல் பரிமாற்றங்கள்

நம்மிடம் மோசடி செய்யும் நபர் தன்னிடம் உள்ள ஆவணத்தை அனுப்ப தொலைநகல் பரிமாற்றங்கள் பயன்படுத்துவார் அந்த தொலைநகல் இயந்திரங்கள் பொதுவாகப் வணிகக் பயன்பட்டு கருவிகளாகவும் பெரு நிறுவனங்களின் கருவிகளாகவும் இருக்கும் மோசடி நபர்கள் தங்கள் அடையாளங்களை மறைக்க இவ்வகை தகவல்தொடர்பு

சாதனைகளை பயன்படுத்துகின்றனர் இது மின்னஞ்சலை விட மிகவும் நம்பக்கூடியதாக இருக்கும்

20. எஸ்எம்எஸ் சந்தா செய்திகள்

எஸ்எம்எஸ்கள் மொத்தமாக அனுப்பப்பட்டு தவறாகப் பயன்படுத்தப்படும், மோசடி செய்பவர்களின் அடையாளங்களை மிக எளிதாக மறைத்து இந்த மோசடி நடைபெறுகிறது இந்த சேவைகளுக்கு வெறும் சந்தா செலுத்தினால் போதும் அதுவும் ரொக்க பணமாகவோ அல்லது திருடப்பட்ட கிரெடிட் கார்டு மூலமாகவோ பணம் செலுத்திவிடுகின்றனர். லாட்டரி வென்றதுபோல வெகுமதி பெற்றதுபோல நம்மை நாம்ப வைத்து ஏமாற்றிவிடுகின்றனர்.

21. வேலைவாய்ப்பு மோசடிகள்

வேலைவாய்ப்பு மோசடி பெரும்பாலும் இணையதளங்களில் வேலைக்காக பதிவு செய்யும் நபர்களை குறிவைத்து நடத்தப்படுகிறது. முதலில் நமக்கு ஒரு மின்னஞ்சல் வரும் அதில் நாம் வெளிநாட்டில் வேலைசெய்ய தேர்தெடுக்கப்பட்டுளோம் என்றும் அதற்க்கு அந்த நாட்டின் வீசா மற்றும் அடிப்படை விண்ணப்பங்கள் செலுத்த ஒரு அரசு அதிகாரியின் பெயரும் தொலைதொடர்பு எண்ணும் கொடுக்கப்படும், அவர்களும் ஒரு தொகையை பெற்றுக்கொள்வார், பின் மொழிபெயர்ப்பாளர், தாங்கும் வசதி செய்துதருபவர், மேலாளர் போன்று பலர் பணம் பெற்றுவிடுவார்கள், நீண்ட இடைவெளிக்கு இறுதியில் நாம் ஏமாற்றப்பட்டதை அறிவோம்

22. மாடலிங் வேலை மோசடிகள்

மாடலிங்கில் வேலை வாங்கி தருவதாக கூறி ஏஜென்சிகள் நம்மிடம் பதிவுக் கட்டணம் என்ற முறையில் பணம் வாங்கிவிடுவார்கள் சில நாட்கள் பொறுத்திருக்க வைத்துவிட்டு யாரும் முன்வரவில்லை எனவே உங்கள் விண்ணப்பம் நிராகரிக்கப்பட்டது என கூறி பதிவு கட்டண பணத்தை எடுத்துக்கொள்வார்கள்

23. பயிற்சி மோசடி

நமக்கு ஒரு பெரு நிறுவனத்திலிருந்து ஒரு மின்னஞ்சல் வரும் அதில் நாம் ஒரு பெரிய வேலைக்கு தேர்தெடுக்கப்பட்டுள்ளோம் என்றும் ஒரு பெரிய ஹோட்டலுக்கு நேர்காணல் வரும்படி அழைப்பு விடுக்கப்படும். நாமும் நேர்காணல் செல்வோம் நம்மை தேர்வுசெய்யப்பட்டதாகவும் அதற்கு நாம் குறிப்பிட்டகால பயிற்சி செய்யவேண்டும் என்று கூறி ஒரு பெரும்தொகையை நம்மிடம் வாங்கிவிடுவார்கள் பின் நீண்ட காலம் கழித்தே நாம் ஏமாற்றப்பட்டதை உணர்வோம்

24. ஊதியம் தராமல் பயிற்சி மோசடி

வேலைவாய்ப்பு மோசடியின் மற்றுமொரு வடிவம் தான் வேலைக்கான பயிற்சி என கூறி ஊதியம் தராமல் வேலை மட்டும் வாங்கிக்கொண்டு ஏமாற்றிவிக்கின்றனர் பயிற்சி வெற்றிகரமாக முடிந்தாலும் இறுதிவரை வேலை வழங்கப்படாமல் ஏமாற்றிவிடுகின்றனர்

25. லாட்டரி மோசடி

லாட்டரியில் ஒரு பெரும் தொகை ஜெய்த்துள்ளீர்கள் எனக்கூறி ஒரு போலி மின்னஞ்சல் நம்மிடம் வந்துசேரும் அதில் நம் பெயர், குடியிருப்பு முகவரி, தொழில், லாட்டரி எண் என பல முக்கியமான தகவல்களை மின்னஞ்சலுக்கு அனுப்பும்படி கேட்கப்படும், இந்த தகவல் நம்மிடம் பெற்ற பின் சிறிய கட்டணம் செலுத்தசொல்வார்கள். நம்மை நம்பவைக்க திருடப்பட்ட அல்லது போலியான காசோலை

புகைப்படமும் அனுப்பிவைப்பர், இதற்குமேலாக நிஜமான ஒரு லாட்டரி இணையதளத்தில் நம் பெயரை போலவே தோன்றும் வேறு நபரின் பெயரை பயன்படுத்தி அந்த தொகை நமக்குத்தான் விழுந்தது என நம்பவைப்பர் பின் நம்மையே அந்த லாட்டரி நிறுவனத்திற்கு தொடர்புகொள்ள வைப்பர் நாமும் அதனை குறுக்கு சோதனை அனைத்தையும் செய்துவிட்டு அதனை நம்பி நாம் பணம் செலுத்த கூடுதல் வரி, செயல் கட்டணம் என எண்ணற்ற கட்டணங்களை வசூலிப்பர் இறுதியில் நமது தரவுகளை வேறோ ஒருவருக்கு கள்ள சந்தையில் விற்றுவிடுவார்கள்.

26. ஆன்லைன் விற்பனை மோசடி

பொதுவாக இணையதளத்தில் வரும் ஒரு குறிப்பிட்ட பொருள் அல்லது சேவையின் மேலாளரை மின்னஞ்சல் மூலமோ அல்லது தொலைபேசி மூலமோ தொடர்புகொண்டு பொருள் எண்ணிக்கையில் அதிகஅளவு தேவைப்படும் என கூறி அவர்கள் வழக்கமாக விற்கும் விலையை விட அதிகமான தொகைக்கு

காசோலை எழுதப்பட்டுவிட்டது என கூறி அந்த போலி காசோலையை மேலாளருக்கு அனுப்பிவைத்துவிடுவார்கள் அந்த மேலாளரிடம் மீதி தொகையை மாற்று முகவரிக்கு அனுப்பச் சொல்வார்கள். பெரும்பாலும் வயர் ட்ரான்ஸ்பெர் மூலமே அனுப்பசொல்வராகள். பணத்தை பெற்றபின் அவர்கள் காணாமல் போய்விடுவார்கள் காசோலை பவுன்ஸ் ஆகும் போதுதான் தெரியும் இது போலி காசோலையென்று

27. போலியான மாநாடு மோசடி

வெளிநாட்டு அல்லது சர்வதேச இடங்களில் போலியான மிகப்பெரிய மாநாடுகளை விளம்பரப்படுத்துவார்கள், வலைத்தளங்கள், பத்திரிகைகள் என அனைத்திலும் விளம்பரம் செய்து பங்கேற்பாளர்களை அதிகரிக்க செய்வார்கள் ஒரு குறிப்பிட்ட பகுதிகளில் ஹோட்டல் தங்குமிடங்களில் பெரும்தொகை கேட்டு ஏமாற்றப்படுவார்கள்

28. வாடகை மோசடி

கட்டிடம் வாடகைக்கு அல்லது விற்பனைக்கு என ஒரு போலி நபரால் முன்னணி வலைத்தளங்களில் விளம்பரப்படுத்தப்படுகிறது, பின் அந்த போலி நபர் வெளிநாட்டில் உள்ளதாகவும் வாடகை மற்றும் முன்பணம் ஆன்லைனில் அனுப்பப்படும்படி அறிவுறுத்தப்படுகிறார். முன்பணம் பெற்றபின் சிலகாலம் கழித்து அவர் காணாமல் போய்விடுவார்

29. செல்லப்பிராணி மோசடிகள்

முன்னணி விற்பனை விளம்பர இணையதளங்களில் அதிக மதிப்புள்ள மிகவும் அரிதான செல்லப்பிராணிகள் விற்பனைக்கு உள்ளதாக விளம்பரம் செய்யப்படும் அந்த வகையான விளம்பரங்கள் திருடப்பட்ட

புகைப்படங்களாகத்தான் இருக்கும், அதனை நம்பி நாம் அவர்களை தொடர்புகொள்ளும்போது நாம் அவர்கள் வலையில் விழுகிறோம், முதலில் பதிவு கட்டணம் செலுத்த சொல்வார்கள், கூரியர் கட்டணம், வரி, அந்த செல்லப்பிராணியை அனுப்ப பேட்டி கட்டணம், தகுதி சான்று, சுகாதார சான்று, தடுப்பூசி, சுங்க கட்டணம், அந்த செல்லப்பிராணியை வளர்க்க அரசு அனுமதி போன்று பல நேரங்களில் பணம் பறிக்கப்படும் இதனை நம்பி பணம் செலுத்தினால் நாம் முற்றிலுமாக ஏமாற்றப்படுவோம்.

30. மொபைல் டவர் நிறுவுவதில் மோசடி

மொபைல் ஃபோன் கோபுரத்தை நிறுவுவதற்காக இணையதளங்களில் மற்றும் பிற ஊடகங்களைப் பயன்படுத்தி பொதுமக்களுக்கு விளம்பரம் செய்யப்படுகிறது பெரும் வாடகை வருவதாக கூறி

கவர்ந்திழுக்கப்படுகிறார்கள். அந்த விளம்பரங்கள் சட்டப்பூர்வமாக தோன்றுவதற்கு பல போலி சான்றிதழ்கள், அரசு அறிக்கைகள் காண்பிக்கப்படும், போலி வலைத்தளங்களும் உருவாக்கபடும்.

நாம் இந்த விளம்பரங்களை கண்டு அவர்களை தொடர்புகொள்ளும் பொது நம்மிடமிருந்து இவராக பணம் பெறப்படுகிறது அரசிடம் பெறவேண்டிய அனுமதிக் கட்டணம், போக்குவரத்துக் கட்டணம், அரசு தொடர்பான சேவை வரி, வங்கி வாய்ப்பு நிதி, கணக்கெடுப்புக் கட்டணம் போன்ற எண்ணற்ற காரணம் காட்டி சிறுக சிறுக பணம் கொள்ளையடிக்கப்படும்.

31. முதலீடு மோசடி

பங்குகள், நிலம், காலக் கடைகள், பாதுகாப்புகள், வீட்டுக் கடன்கள், முடிவுகள் அல்லது புதிய பண வர்த்தகம், கணினிமயமாக்கப்பட்ட பணத் தரநிலைகள் போன்றவற்றை ஒருங்கிணைக்கிறது,

உதாரணமாக பிட்காயின், பந்தய நிறுவனங்கள் அல்லது அளவு நிரலாக்கம் - இது போன்ற அனைத்து தளங்களிலிருந்தும் மோசடி செய்பவர் முதலீடு செய்யும் பயனரை ஏமாற்ற முற்படுவர். மோசடி செய்பவர்கள் முகவர்கள், பங்கு தரகர்கள், பணம் தொடர்பான ஒருங்கிணைப்பாளர்கள் அல்லது பிற நிபுணர்கள் போன்ற தோற்றத்தில் பயனரை அணுகுவார்கள். அவர்கள் கருதுகோள் விஷயங்களைப் பற்றி அறிந்தவர்களாகவும் உறுதியாகவும் இருப்பார்கள் மற்றும் உண்மையான இலக்குகள் மற்றும் திட்ட அறிக்கைகளுக்கு உங்களை வழிநடத்துவார்கள்.

நீங்கள் செலுத்த வேண்டிய பணம் சங்கத்தின் பெயருடன் தொடர்புடையதாக இருக்கலாம் அல்லது உங்கள் பெயரில் பரவியிருக்கலாம். உங்கள் பெயரில் உள்ள கணக்குகள் மோசடி செய்பவர்களால் தொடர்ந்து ஆதரிக்கப்படுகின்றன. உங்கள் ஐடியுடன் ஒரு படத்தை எடுக்க வேண்டும் என்று அவர்கள் கோருவார்கள். இந்த பதிவுகள் உங்கள் பெயரில் செய்யப்படலாம், இருப்பினும் அவை மோசடி செய்பவர்களால் கட்டாயப்படுத்தப்படுகின்றன, அவர்கள் உங்கள் பணத்தை அவர்கள்

கட்டுப்படுத்தும் பல்வேறு பதிவுகளுக்கு நகர்த்துகிறார்கள். சூப்பர் ஸ்டார்களின் பெயர்கள் மற்றும் படங்களை அவர்களின் அனுமதியின்றி பயன்படுத்தி அவர்களின் திட்டங்களை ஆதரிக்கும் ஆன்லைன் தந்திரங்களுக்கு பெயர் பெற்றது. ஆன்லைன் பொழுதுபோக்கு மூலம் விஐபியுடன் நிதித் திட்டமிடலில் ஈடுபட்டால் எச்சரிக்கையாக இருங்கள்; அது ஒரு மோசடியாக இருக்கலாம்.

32. பிளாக்மெயில் மோசடி

ஒரு நபர் தனது நெருங்கிய உறவினருக்கு தொடர்பு கொள்ள முடியாத சூழ்நிலையில் அந்த நபருக்கு ஒரு குறிப்பிட்ட எண்ணிலிருந்து தொலைபேசியோ, குறுஞ்செய்தியோ அல்லது ஈமெயிலோ வரும், அதில் பேசும் நபர் தன்னிடம் உங்களின் நெருங்கிய உறவினர் பிடிபட்டுள்ளார் நீங்கள் போலிஸையோ அல்லது அரசங்கதியோ அணுகினால் கொல்லப்படுவார் என மிரட்டப்படுவார், அவரை விடுவிக்க ஒரு பெரும் தொகை கோரப்படும் அதுவும் குறுகிய கால

அவகாசம் மட்டுமே கொடுக்கப்படும், இந்த தகவலை நம்பி அவர் அந்த நெருங்கிய உறவினரை தொடர்புகொள்ள முயற்சிப்பர், அந்த அனைத்து முயற்சிகளும் தோல்வியாகும் நிலையில் அந்த நபர் கேட்ட பணத்தை கொடுத்துவிடுவார் பின் நீண்ட இடைவெளிக்குப்பின் அந்த உறவினர் தொடர்பு கொள்ளும் போது தான் தாங்கள் ஏமாற்றப்பத்தை உணருவார்கள்

33. ஆன்லைன் கேளிக்கை

ஆன்லைன் திசைதிருப்பல் என்பது இளைஞர்களை மட்டுப்படுத்தும் எலக்ட்ரானிக் மோசடி. இன்றளவு அனைத்து நபர்களிடமும் ஸ்மார்ட் போன் உள்ளது, சர்வதேசப் தொற்று நோய் பரவல் லாக்டவுனில் அனைவரிடமும் ஒரு புதிய இறுக்கம் உருவானது இது அனைத்து மாணவர்களுக்கும் மன அழுத்தத்தினை ஏற்படுத்தியது. மெய்நிகர் பொழுதுபோக்குகளில் பயன்படுத்தப்படும் வழக்கமான தந்திரங்களில் சில மோசடிகள் வெளிவந்தன. ஒரு மோசடி

செய்பவர் ஒரு குறிப்பிட்ட குழுவில் உள்ள நண்பர் அல்லது ஒரு நிறுவனத்தின் ஊழியர் இறந்துவிட்டது போல் நடித்து, அவரின் குடும்பத்திற்கு பணம், தனிப்பட்ட தரவு அல்லது வேறு ஏதாவது ஒரு பொருள் தேவைப்படுவதாக கூறி அனைவரிடமும் வேண்டிய தொகையை பெற்றுவிடுகிறார். இந்த செய்யலை டுப்பிங் அல்லது மிகவும் பிரபலமான மெய்நிகர் செயலிகளை கொண்டு செய்துமுடிகிறார், இது நமக்கு மிகவும் நன்கு அறியப்பட்ட தந்திரங்கள், நாமும் ஒரு நபரின் குடும்பத்திற்கு உதவுவதற்காக வேறு எந்த பின்புலனையும் விசாரிக்காமல் நம்மிடம் உள்ள தொகையை கொடுத்துவிடுகிறோம்.

ஆன்லைன் மோசடி பெரும்பாலும் பேஸ்புக் அல்லது வாட்ஸ்அப் போன்ற தினசரி பயன்படுத்தும் செயலிகளையே குறிவைக்கின்றன. இது பெரும்பாலும் ஒரு பட்டனை கிளிக் செய்வதற்கு அல்லது ஒரு கணக்கை முடிப்பதற்கு அல்லது வவுச்சர்களை வழங்குவதை உறுதி செய்வது போலவே பெரும்பான்மையாக அமைந்திருக்கும். பேஸ்புக் அல்லது வாட்ஸ்அப் செயலி செய்திகள் தவறான பயன்பாட்டுப் பதிவிறக்கங்கள் தீம்பொருளை அறிமுகப்படுத்தலாம் அல்லது உங்கள் பிறந்த

தேதி, தனிப்பட்ட வசிப்பிடம் அல்லது செல்லப்பிராணியின் மறக்கமுடியாத பெயர் போன்ற தனிப்பட்ட தகவல்களைச் சேகரிக்க பாதிப்பில்லாத சோதனை பயன்படுத்தப்படலாம். வங்கி மற்றும் பணம் தொடர்பான பிற நிறுவனங்களுக்கான பாதுகாப்பு கோரிக்கைகளில் ஒப்பிடக்கூடிய தகவல் அதிக நேரம் பயன்படுத்தப்படுகிறது என்பதை நீங்கள் புரிந்து கொள்ளும் வரை இது மிகப்பெரியது என்ற எண்ணத்தை ஏற்படுத்தாது.

34. ஏடிஎம் அல்லது கடன் அட்டை நீட்டிப்பு செய்ய

ஏடிஎம் கார்டு சரிபார்ப்பு ஆன்லைன் வணிக ஏமாற்றுதல் என்பது இணைய காலங்களில் ஏமாற்றுவதற்கான ஒரு சாதாரண அமைப்பாகும். ஒரு நபர் நம்மை தொடர்புகொண்டு வங்கியிலிருந்து பேசுவது போல கூறி நம்மிடம் அறிமுகம் செய்துகொள்வார் பின் நமது ஏடிஎம்

கார்டு கால அவகாசம் நீடிக்கச்செய்ய கூறி நமது ஏடிஎம் பதினாறு இழக்க எண், சிவிவி, மற்றும் கார்டு முடியும் மாதம் வருடம் பற்றி கேட்பார் பின் ஓடிபி வந்துள்ளது அதனையும் கூறுமாறு கேட்பார் நாம் அதனை கூறும்போது நமது வங்கியிலிருந்து பணம் பறிபோகும்

35. சிறிய பெமென்ட்ஸ்

திருடப்பட்ட கார்டுகள் மூலம் விற்பனை நிலையங்களில் பொருட்கள் வாங்குவார்கள் உதாரணமாக இரண்டாயிரம் ரூபாய்க்குமேல் வாங்கும் பொருட்களுக்கு பின் நம்பர் போடவேண்டியிருக்கும் அதுவே சிறிய பெமென்ட்ஸ்க்கு பின் நம்பர் தேவையில்லை எனவே ஏடிஎம் கார்டு திருடப்பட்டு அதில் சிறிய பெமென்ட்ஸ் செய்து பணத்தை திருடிவிடுகின்றனர்

36. ஆன்லைனில் வங்கி பரிமாற்றம்

ஒரு நட்பு இணைய அடிப்படையிலான வணிக தந்திரம் என்பது யாரேனும் ஒரு சேவை அல்லது தயாரிப்பை ஆன்லைனில் வங்கி பரிமாற்றம் நடந்தது போல நம்மை நம்பவைத்து, அவர்களின் விண்ணப்பத்திலிருந்து கட்டணம் கேட்கும். இது ஏற்றுக்கொள்ளக்கூடிய விளக்கம் என்று நாமும் பரிவர்த்தனை செய்துவிடுகிறோம்

ஆன்லைன் ஸ்டோரிலிருந்து எதையாவது வாங்கி, அது டெலிவரி செய்யப்பட்டதாகக் கூறி, மோசடி செய்பவர்கள் சேவை தொகை கேட்பார்கள், ஏதேனும் தவறான பரிமாற்றம் நடந்துள்ளது என்று நாம் கூறினால், அந்த விஷயம் தங்களுக்கு தெரியாது அதனை வங்கியில் தான் சரிபார்க்கவேண்டும் எனவே பணம் இப்போதே செலுத்தவேண்டும் என்று கூ நம்மை ஏமாற்றுவார்கள்

மோசடி செய்பவர்கள் இலவச வேலை மற்றும் பொருட்களைப் பெறுவதற்கு ஏற்றுக்கொள்ளக்கூடிய தொகையை முன்பணமாக கேட்டு நம்மை ஏமாற்றுவார்கள்

37. ஈ-காமர்ஸ் தள்ளுபடி மோசடி

ஈ-காமர்ஸ் தள்ளுபடி மோசடி இணையதளத்தில் பரிவர்த்தனை அடிப்படையிலான வணிக இணையதளத்தில் வாங்குவதற்கு திருடப்பட்ட கிரெடிட் கார்டைப் பயன்படுத்தும்போது ஆன்லைன் ஷிப்பர் மோசடி ஏற்படுகிறது. அதாவது மோசடி செய்பவர் ஈ-காமர்ஸ் நிறுவனத்தைத் தொடர்புகொண்டு, தற்செயலாக அதிக கட்டணம் செலுத்தியதால் பணத்தைத் திரும்ப தருமாறு கேட்கிறார். இதனிடையில் கிரெடிட் கார்டின் உண்மையான உரிமைதாரர் அந்த கார்டை பிளாக் செய்துவிடுவார், இதனையே சாதகமாக பயன்படுத்தி அவரின் கிரெடிட் கார்டு பிளாக் ஆகி மூடப்பட்டுவிட்டதைக் சுட்டிக்காட்டி அவருக்கு வேறு ஒரு வகையில் பணத்தை திருப்பி செலுத்த சொல்கிறார், ஈ-காமர்ஸ் நிறுவனமும் கார்டு பிளாக் செய்யப்பட்டுவிட்டதை உறுதிசெய்து பணத்தை வேறு வழியில் திருப்பி செலுத்திவிடுகின்றனர் எனவே மோசடி செய்பவர் பணத்துடன் சென்று விடுகிறார்.

38.
இணையதளத்தில் வாடிக்கையாளரின் பதிவை பெரும் செயல்

கணக்கு கையகப்படுத்தல் பற்றிய தவறான கருத்து ஒரு ஆன்லைன் வணிக அங்காடி அல்லது வணிக இணையதளத்தில் வாடிக்கையாளரின் பதிவை பெரும் செயல் அல்லது பதிவு கையகப்படுத்துதல் ஆன்லைன் வணிக மோசடி என குறிப்பிடப்படுகிறது. திருடப்பட்ட கடவுச்சொற்கள், பாதுகாப்புக் குறியீடுகள் அல்லது உண்மையில் சிதறடிக்கும் ஃபிஷிங் செயல்பாட்டை திறம்பட விநியோகித்தல் உள்ளிட்ட பல்வேறு வழிகளில் இது செய்யபடும்.

வாடிக்கையாளரின் பதிவுக்கு போதுமான அளவு பெற்றவுடன் அவர்கள் மோசடி செயலில் ஈடுபடலாம். எடுத்துக்காட்டாக, இணைய வணிக

ஆட்சேபனைகளில் கொள்முதல் செய்யலாம், ஆதாரங்களை எடுத்துக் கொள்ளலாம் மற்றும் இந்த கிளையண்டின் பல்வேறு பதிவுகளைப் பெறலாம். கணக்கை கையகப்படுத்துதல் அச்சுறுத்தல் என்பது ஒரு அபாயகரமான தவறான ஒன்றாகும், இது தீங்கு விளைவிக்கும் இழப்புகளையும் உங்கள் சில்லறை விற்பனையாளரின் நிலைப்பாட்டையும் ஏற்படுத்தும். அதேபோல், உங்கள் இணையப்பக்கம் அல்லது மின்னணு வணிக அங்காடியில் தங்கள் தரவை ஆபத்தில் உள்ளதாக மாற்றும், எனவே வணிக இணையதளம் அல்லது ஈ-காமர்ஸ் ஸ்டோரில் தங்களின் தரவு திருடுபோய்விடும் என நம்பும் வாடிக்கையாளர்கள், அந்த குறிப்பிட்ட வணிக இணையதளங்களில் வாங்குவதற்கு குறைவாகவே விரும்புவார்கள் மேலும் கடுமையான பாதுகாப்பு கொடுக்காதபட்சத்தில் இது அதீத விளைவுகளை ஏற்படுத்தும்.

39. ஆர்டர் ஷிப்பிங் டெலிவரி முகவரி மாற்றி மோசடி

திருடப்பட்ட கிரெடிட் கார்டில் உள்ள தகவலுடன் மோசடி செய்பவர்கள் உங்கள் இணைய அடிப்படையிலான வணிக இணையதளத்தில் ஷிப்பிங் மூலம் ஆர்டர் செய்யும் போது, பொருந்தக்கூடிய பில்லிங் மற்றும் ஷிப்பிங்யில் உள்ள தகவலுடன் பொருள் பெரும் இடத்தை மாற்றிவிடுவார்கள், அதாவது யாரேனும் ஒரு வாடிக்கையாளர் ஒரு பொருளை ஆன்லைனில் ஆர்டர் செய்யும்போது ஒரு டெலிவரி முகவரியை கொடுப்பார் அதனை மோசடி செய்பவர் ஆன்லைனில் வேறுஒரு முகவரிக்கு ஷிப்பிங் செய்ய முகவரியை மாற்றிவிடுவார் எனவே வடிக்கையாரின் ஐடியை பயன்படுத்தி வெறுமனே டெலிவரி முகவரியை மாற்றி நம்மை ஏமாற்றிவிடுகின்றனர். எனவே இதனை தவிர்க்க முதலாவதாக, அனுப்புவதற்கு முன், ஷிப்பிங் அட்ரஸ் மாற்றப்பட்ட கோரிக்கையின் பகுதியைப் புதுப்பிக்கும்படி கோரலாம். எனவே, தாங்கள் பணம் செலுத்தும்போது பொருட்கள் கிடைக்கும் என்பதை நாம் உறுதி செய்து கொள்ளலாம். ஒருவேளை டெலிவெரி பெரும் போது நாம் இல்லையென்றால் நம் அருகாமையில் வசிப்பவர்களாக இருந்தால், அவர்கள் பேக்கேஜில்

கையொப்பமிட்டு, நம்பிக்கையுடன் அதைப் பெறலாம்.

40. ஆன்லைன் போலியான மின்னணு கடைகள் ஷாப்பிங் மோசடி

மோசடி செய்பவர் ஒரு கடையை அமைத்து, குறைந்த செலவில் விலை அதிகமான பிராண்டெட் பொருட்களை குறைந்த விலையில் விற்பனை செய்யப்படும் என்று மக்களை ஈர்க்கிறார். இந்த குறைந்த விலையில் சில்லறை பொருட்களின் விற்பனை அதிக எண்ணிக்கையிலான உயர்மட்ட மற்றும் நடுத்தர வாடிக்கையாளர்களை ஈர்க்கிறது. மோசடி செய்பவர் மின்னணு வணிக இணையதளத்தில் இருந்து கொள்முதல் செய்யும்போது உண்மையான பொருட்களை உரிய நிறுவனத்திடமிருந்து வாங்குகிறார். பின் மோசடி செய்பவர் தான் ஒரு விற்பனை தரகர் போல தன்னை காட்டிக்கொண்டு நம்மிடம் அதே

பிராண்டெட் பொருட்களை விற்பனை செய்கிறார், அதற்கு ஆதாரமாக மோசடி செய்பவர் கொள்முதல் செய்த விற்பனை இன்வோய்ஸ்ஐ காண்பிக்கிறார், அது நமக்கு இணையதளத்தில் இருந்து உண்மையான தயாரிப்புகளை வாங்கியதாக காட்டுகிறது நாமும் அதனை நம்பிவிடுகிறோம். அதன் பிறகு, வாடிக்கையாளர்கள் மோசடி செய்பவரின் வலைப்பக்கத்திலிருந்து வாங்கும் போது, வழக்கத்திற்கு மாறாக போலியான பொருட்களை தந்துவிடுகிறார். எனவே இணையத்தின் ஆதாரத்தின்படி நமக்கு உண்மையான பொருள் கிடைத்துள்ளதாக நாமும் நம்புவோம் ஆனால் நமக்கு போலி பொருள் தான் அதிக விலைக்கு கிடைத்துள்ளது. அந்த பொருள் வாடிக்கையாளருக்கு சென்றடைந்த பின் மோசடி செய்பவர் ஆன்லைனில் அதே பொருளை ரிட்டர்ன் செய்து விடுகிறார்.

41. இணைப்பைக் கிளிக் செய்ய வைக்கும்

சில அற்புதமான திட்டத்தை போல முட்டாள்தனமான திட்டத்தை மற்றும் ஒப்பந்தங்களை விளம்பரப்படுத்தும் அல்லது ஒரு குறிப்பிட்ட உதவியுடன் ஒரு சேவையை ரத்து செய்யும்படி உங்களைத் தூண்டும் இணைப்பைக் கிளிக் செய்யும்படி உங்களுக்கு பரிட்சியமற்ற இணைய முகவரியிலிருந்து உரைச் செய்தியைப் பெற்றால், இது பெரும்பாலும் ஏமாற்றும் மோசடியாகும். ஸ்மிஷிங் ஸ்கேம் என்பது, உடனடி செய்தியில் தவறான இணைப்பைப் பின்தொடர்வதன் மூலம், உங்கள் தனிப்பட்ட தகவலைப் பெற, மோசடி செய்பவர்கள் ஒரு ஸ்மிஷிங் தந்திரத்தைப் பயன்படுத்துகின்றனர்.

"ஸ்மிஷிங் வல்லுநர்கள் உங்களை திகைக்க வைக்கும் உரைகளைப் பயன்படுத்துகிறார்கள் அல்லது இணைவதைத் தட்டவும் அல்லது ஒரு நம்பகமான ஆதாரமாக இருப்பதற்கான ஒவ்வொரு இருப்புகளைக் கொண்ட ஒரு உரையைக் கருத்தில் கொண்டு தனிப்பட்ட தகவலை வழங்கவும்," எனவே இணைய இணைப்புகளை கிளிக் செய்வதில் கவனமாக இருக்கவும்

42. போலியான இணைய பகுதிகள்

பல்வேறு போலி இணைய அடிப்படையிலான சில்லறை விற்பனையாளர்கள் உள்ளனர். நீங்கள் ஒரு போலி இணையதளத்தில் ஷாப்பிங் செய்தால், விளம்பரப்படுத்தப்பட்டவற்றிலிருந்து முற்றிலும் மாறுபட்ட போலி பொருளைப் பெறலாம் அல்லது எந்தப் பொருளும் கிடைக்காமலும் போகலாம்.

டொமைன் பெயரைக் கவனிப்பது நீங்கள் ஒரு போலி இணையதளத்தைப் பார்க்கிறீர்களா இல்லையா என்பதைத் தீர்மானிக்க ஒரு வழியாகும். பெரும்பாலான உண்மையான யுஆர்எல்களில் தேவையற்ற எழுத்துகள் அல்லது பிழைகள் இல்லை என்பதை உறுதிசெய்து கொள்ளவும். சில்லறை விற்பனையாளர் வலைத்தளங்களைப் பயன்படுத்த எளிதானது மற்றும் பொதுவாக அவற்றின் முன்பதிவு பெயருடன் பொருந்துகிறது.

தளத்தில் ஒட்டுமொத்த உறுதிப்படுத்தப்பட்ட ஆதரவு உள்ளதா என்பதை நீங்கள் சரிபார்க்கலாம்,

முத்திரை பொதுவாக தளம் நம்பகமானது என்பதைக் காட்டுகிறது. நவீன முறை தகவல்களை பயன்படுத்தி இப்பகுதி எப்போது உருவாக்கப்பட்டது என்பதை நீங்கள் சரிபார்க்கலாம்.

43. போலி கட்ஆஃப் புள்ளிகள்

உங்களின் முக்கியமான மற்றும் தேவையான பொருளுக்கு தொண்ணூற்றைந்து சதவீதம் தள்ளுபடி கிடைக்கும் என்று நாம் எதிர்பார்க்கிறோம். நாம் முன்னேற்றத்தைக் கிளிக் செய்து, ஒப்பந்தங்களைத் தேடக்கூடிய தளத்திற்கு அழைத்துச் செல்லப்படுவீர்கள். முன்னேற்றத்தை மீட்டெடுக்கவும் உங்கள் விஷயத்தை ஒப்புக்கொள்ளவும் உங்கள் சொந்த தகவலை உள்ளிடியுள்ளீர்கள். அந்த நேரத்தில், மோசடி செய்பவர் உங்களின் டேட்டாவை வைத்து, உங்களை ஏமாற்றி விட்டுவிடுகிறார்.

ஒப்பந்தம் பற்றி உங்களுக்குத் தெரியாவிட்டால், மற்ற கடைகளில் உள்ள விலைகளைப் பார்த்து, அவர்கள் அதை எதற்காக விற்கிறார்கள் என்பதைப் பார்க்கவும். ஒரு நேரடி மதிப்பு மதிப்பீட்டை ஒருங்கிணைப்பது, திட்டம் உண்மையிலேயே உண்மையானதா அல்லது அடிப்படையில் இல்லாத ஒரு பொருள் அல்லது நிறுவனத்தில் பணத்தை எறிவதற்கான முயற்சியா என்பதை முடிவு செய்ய உங்களுக்கு உதவும்.

44. பொது வைஃபையைப் ஷாப்பிங்

பொது வைஃபையைப் பயன்படுத்தும் போது ஷாப்பிங் செய்வதைத் தவிர்க்கவும். பொது வைஃபை இணைப்பைப் பயன்படுத்தும் போது கவனமாக இருங்கள் மற்றும் நீங்கள் பொருட்களை வாங்கவும் பகுதித் தகவலை உள்ளிடவும் விரும்பினால் அதை தவிர்க்கவும்.

பொது வைஃபையைப் பயன்படுத்தும் போது பணம் பறிப்பதற்கான சாத்தியம் அதிகரிக்கிறது. சில நேரங்களில் ஆன்லைன் குற்றவாளிகள் நீங்கள் பயன்படுத்தும் வைஃபை நெட்வொர்க்கை ஒத்த வைஃபை நெட்வொர்க்கை அமைப்பார்கள். பொது வைஃபையைப் பயன்படுத்தும் போதெல்லாம் மெய்நிகர் ரகசிய நிறுவனத்தைப் பயன்படுத்துவதை உறுதிசெய்யவும்.

45. மின்னஞ்சல் ஷாப்பிங் ஃபிஷிங்

மின்னஞ்சல் ஷாப்பிங் ஃபிஷிங் மோசடி ஆண்டின் எந்த நேரத்திலும் நிகழலாம், ஆனால் அவை பண்டிகைக் காலங்களில் அதிகம் காணப்படுகின்றன. உண்மையான சில்லறை விற்பனையாளரிடமிருந்து வரும் மின்னஞ்சலாக இருப்பதற்கான ஒவ்வொரு இருப்பும் ஒரு ஆதரவான குறிப்பிட்ட பதிவு செய்கிறது அல்லது உங்கள் வேண்டுகோளின் மூலம் ஏதோ பயங்கரமாக உள்ளது என்பதை உங்களுக்கு உணர்த்துகிறது. மின்னஞ்சல் பொதுவாக நீங்கள் கிளிக் செய்வதற்கு ஒரு தொடர்பை

ஒருங்கிணைக்கிறது, எனவே நீங்கள் ஒரு மேம்பட்ட குறிப்பிட்ட பதிவுவை பெறலாம் அல்லது உங்கள் கோரிக்கையில் சிக்கலைச் சரிசெய்யலாம். இருப்பினும், இணைப்பைத் தட்டினால் உங்கள் கணினியில் தீங்கு மென்பொருள் நிறுவப்படும்.

மூலத்தின் ஆளுமையின் செல்லுபடியை உறுதி செய்ய மின்னஞ்சல் முகவரியை இருமுறை உற்றுப் பாருங்கள். ஒரு ஆன்லைன் வணிக வலைத்தளம், உங்கள் சொந்த தரவை வழங்க வேண்டிய இணைப்புகள் மற்றும் மோசமான இலக்கணம் மற்றும் எழுத்துப்பிழைகளைப் பயன்படுத்தும் இணைப்புகள் குறித்து எச்சரிக்கையாக இருக்க அறியுறுத்துகிறது. இந்த பண மோசடிகளுக்கு சரணடையாமல் இருக்க முயற்சி செய்வதற்கான ஒரு நுட்பம் இது

46. போலி டெலிவரி முகவர்கள்

போலி டெலிவரி எச்சரிக்கைகள் போலியான போக்குவரத்து எச்சரிக்கைகள், பெரிய போக்குவரத்து நிறுவனத்திடமிருந்து உங்கள் பேக்கேஜ் தாமதமாகிவிட்டதாக அல்லது உங்கள் கோரிக்கையில் சிக்கல் இருப்பதாகக் கூறி மின்னஞ்சலைப் பெற்றால், அது ஃபிஷிங் மோசடியாக இருக்கலாம். வழக்கமாக, இந்த வகையான மின்னஞ்சல், ஒழுங்கமைக்கப்பட்ட சிக்கலில் கூடுதல் நுணுக்கங்களுக்கு ஒரு இணைய முகவரியை கிளிக் செய்ய வேண்டும். எப்படியிருந்தாலும், ஒழுங்கற்ற இணைய முகவரியை மீது தட்டுவதன் மூலம், உங்கள் கணினியிலிருந்து தகவல்களைப் பெற மென்பொருள் பொறியாளர்கள் பயன்படுத்தும் தீங்கு மென்பொருள் நீங்கள் பதிவிறக்கலாம்.

ஒரு இணைய முகவரியை கிளிக் செய்வதற்கு மாறாக, நீங்கள் கேரியரின் தளத்திற்கு தெளிவாகச் சென்று, உங்கள் பின்வரும் அல்லது கோரிக்கை சான்றிதழின் எண்ணைப் பயன்படுத்தி, உங்கள் பேக்குடன் சூழ்நிலையைப் பற்றித் தெரிந்துகொள்ள வேண்டும்.

காலாவதியான தொடர்புத் தகவலைப் புறக்கணிப்பது நம்பகமான சில்லறை விற்பனையாளர்கள் பொதுவாக "நிறுவனத்தை பற்றி" பிரிவில் நிறுவனத்தின் அனுபவம், மதிப்புகள் மற்றும் பணியை உள்ளடக்கிய அவர்கள் யார் என்பதன் சுருக்கத்தை வழங்குகிறார்கள். சான்றளிக்கப்பட்ட இணைய முகவரி பெரும்பாலும் "எங்களை அணுகவும்" என்ற பகுதியைக் கொண்டுள்ளன, அங்கு இருப்பவர்கள் நிறுவன குறைகளைக் களைபவர் மற்றும் கேள்விகளை இடுகையிடலாம்.

"எங்களைப் பற்றி" அல்லது "எங்களை அடையுங்கள்" பிரிவைச் சேர்ப்பதன் மூலம் ஒரு சில்லறை விற்பனையாளரின் நேர்மை மற்றும் நம்பகத்தன்மையை மேம்படுத்தலாம். தளத்தின் சட்டப்பூர்வத்தன்மை குறித்து நீங்கள் கவனமாகக் கவனித்திருந்தால் அல்லது போலியான முயற்சியால் வலியுறுத்தப்பட்டிருந்தால், சில்லறை விற்பனையாளர் அதன் வாடிக்கையாளர்களுடன் தொடர்பு வைத்திருப்பதை உறுதிப்படுத்தவும்.

47. போலி ஆட்சேபனை போலி கூப்பன்கள்

மின்னணு கேளிக்கைகளில் இருந்து கூப்பன்களைத் தட்டுவதில் எச்சரிக்கையாக இருங்கள். சில்லறை விற்பனையாளரின் உண்மையான இணைய அடிப்படையிலான பொழுதுபோக்குப் பக்கத்திலிருந்து கூப்பன் வரும் என்று எதிர்பார்க்கிறீர்கள், ஆனால் அதில் நீங்கள் விலகி இருக்க வேண்டும். இருப்பினும், சில்லறை விற்பனையாளர்களுடன் தொடர்புடையதாகக் கூறும் கள்ள கூப்பன்கள் எப்போதாவது பொழுதுபோக்கு இணையதளங்களில் தோன்றும்.

எடுத்துக்காட்டாக, உண்மையான ஆட்சேபனைகள் எதையும் வெளிப்படுத்தாத ஒரு நடவடிக்கையை நீங்கள் தற்செயலாக கண்டீர்கள் என்று இணைய தகவலோ அல்லது ஈமெயிலோ வரும். முன்மொழியப்பட்ட திட்டத்தை பொறுத்துக்கொள்வதற்கு மாறாக, உங்கள் உள்ளூர் நிறுவன தகவல் நபர்களை தொடர்புகொள்ளவும் அல்லது உண்மையான தளத்தில் செயல்பாட்டின்

போக்கைக் கண்டறிய முயற்சிக்கவும். எப்படியிருந்தாலும், தீம்பொருள் தாக்குதல்கள் உங்கள் கட்டுப்பாட்டிற்கு அப்பாற்பட்டவை.

48. லாஸ்ட் அரேஞ்ச்மென்ட் விஷயங்களை மிக சீக்கிரம் வாங்குதல்

இணையத்தில் உள்ள மந்தமான பகுதியை நீங்கள் ஆராயும் போது, உறுதியான ஏற்பாட்டின் விஷயங்களில் கூடுதல் கவனம் செலுத்துங்கள். கடைசி பொருளின் எப்போதும் சரியான விலைகளைக் காட்டாது என்று வாடிக்கையாளர்கள் கூறுகிறார்கள். நேர்மையாக, சில்லறை விற்பனையாளர்கள் தங்கள் கடைசி பொருளின் விலைகளை மீண்டும் மீண்டும் அதிகரிக்கிறார்கள்.

எனவே, கடைசி பொருளின் ஒப்பந்தங்களில் ஏன் கவலைப்பட வேண்டும்? திரும்பி வரும்

உற்சாகமான வாடிக்கையாளர்களைத் தடுக்க செய்யப்படுகிறது. ஆன்லைன் வணிக மதிப்பீட்டு இணையத்தின் படி, கடையில் வாங்கிய எட்டு சதவீத பொருட்களுக்கு மாறாக, ஆன்லைனில் ஆர்டர் செய்யப்பட்ட பொருட்களில் முப்பது சதவீத திரும்பப் பெறப்படுகிறது.

49. ஆன்லைன் போலி மதிப்பாய்வு - நியாயமற்ற எண்ணிக்கையிலான விழிப்பூட்டல்களில் ஈடுபடுதல்

ஒரு விவேகமான ஏற்பாட்டைத் தவறவிடாமல் இருக்க நீங்கள் விரும்பினாலும், அதிகமான மின்னஞ்சல் பதிவுகளில் ஈடுபடுவது இன்பாக்ஸில் நிறைவதை குறிக்கும்.

புதிய முன்னேற்றங்கள் மீது அடிபணிவதை விட எதையாவது தேடும் போது முன்னேற்றங்களைத் தொடர்வது புத்திசாலித்தனம். எனவே, உங்கள் இன்பாக்ஸிற்கு ஓய்வு கொடுக்கலாம் மற்றும் எதையாவது விற்க வேண்டும் என்ற தேவையற்ற முயற்சிகளால் கவரப்படக்கூடாது.

தணிக்கைகளின் அடிப்படையில், முழுமையாக ஆய்வு செய்யப்பட்ட தயாரிப்புகள் மற்றும் சேவைகள் புதிய வாடிக்கையாளர்களுக்கு அதிக தாக்கத்தை ஏற்படுத்துகின்றன என்பதை சில்லறை விற்பனையாளர்கள் அறிவார்கள். வாடிக்கையாளர்கள் ஒரு விஷயத்தை தொடர்பு கொள்ளவோ அல்லது பார்க்கவோ முடியாதபோது தகவல்களைப் பாதுகாப்பதற்கான ஒரு வழியாகும். உண்மையில், ஒரு மதிப்பாய்வில், பதிலளித்தவர்களில் அறுபத்துமூன்று சதவீதம் பேர் ஒரு வணிகத்தைப் பார்வையிடுவதற்கு முன்பு ஆன்லைன் கணக்கெடுப்புகளைப் பார்ப்பதாகக் கூறியுள்ளனர். அதைத் தொடர்ந்து, ஓரிரு ஆன்லைன் சில்லறை விற்பனையாளர்கள் நேர்மறையான ஆய்வுகளுக்கு பணம் செலுத்துகின்றனர்.

போலியான கண்ணோட்டங்களால் ஏமாறாமல் இருக்க எதை வேண்டுமானாலும் செய்ய, விஷயம் அல்லது நிறுவனத்தைப் பற்றிய குறிப்பிடத்தக்க அறிவு தேவைப்படும் மதிப்புரைகளில் எச்சரிக்கையாக இருங்கள். மேலும், ஆய்வுகளின் தேதிகளை மையமாகக் கொள்ளுங்கள். ஒரே நேரத்தில் நிறைய நேர்மறையான கருத்துக்கணிப்புகள் வெளியிடப்பட்டால், கணக்கெடுப்புகளுக்கு பணம் கொடுக்கப்பட்டதாக இருக்கலாம்.

50. இலவச டெலிவரி சலுகைகள்

இலவச டெலிவரி பெற தேவையற்ற பொருட்களை மேலும் மேலும் ஆன்லைன் ஷாப்பிங் செய்வது வேடிக்கையாக இருக்கும், நீங்கள் டெலிவரி போக்குவரத்துக்கும் பணம் செலுத்த வேண்டும் என்பதை நீங்கள் மனதில் வைத்திருந்தால். நீங்கள் ஒரு குறிப்பிட்ட தொகையை செலவிடும்போது, சில்லறை விற்பனையாளர்கள் அடிக்கடி இலவச டெலிவரி

சலுகைகள் மூலம் உங்களை கவர்ந்திழுப்பார்கள்.

இது ஒரு நல்ல திட்டமாகத் தெரிகிறது, ஆனால் டெலிவரி போக்குவரத்துச் செலவை ஈடுகட்ட வேறு ஏதாவது ஒன்றைச் சேர்த்தால், நீங்கள் இன்னும் நிறைய செலவழிக்கலாம். அந்த கூடுதல் விஷயம், முதலில் நீங்கள் செலுத்தாமல் இருக்கும் போக்குவரத்துச் செலவுக்கான வர்த்தகமாகத் தொடர்ந்து நிரப்புகிறது. ஆண்டு முழுவதும் இலவச போக்குவரத்து வழங்கும் கடைகளில் ஷாப்பிங் செய்ய மறக்காதீர்கள். கள்ள விண்ணப்பங்கள் உங்கள் விடுமுறைப் பரிசுகளில் குறிப்பிடத்தக்க வரம்புகள் மற்றும் சலுகைகளைக் கண்டறிய நன்றி அல்லது மற்றொரு முதலீட்டு நிதி விண்ணப்பத்தைத் தொடர்ந்து ஷாப்பிங் களியாட்டத்திற்கான விண்ணப்பத்தைப் பதிவிறக்கும் முன், விண்ணப்பம் உண்மையானதா என்பதைச் சரிபார்க்கவும். ஒவ்வொரு அதிகமான ஷாப்பிங் பயன்பாடுகளில் ஒன்று, தனிப்பட்ட தகவலை எடுக்க அல்லது வாடிக்கையாளரின் தொலைபேசி அல்லது கணினியில் தீம்பொருளைப் பதிவிறக்க திட்டமிடப்பட்ட மோசடி என்று கண்டறியப்பட்டது.

இந்த தந்திரத்தைத் தவிர்க்க, அதிகாரப்பூர்வ ஸ்டோர் பயன்பாடுகள் போன்ற புகழ்பெற்ற பயன்பாடுகளைப் பதிவிறக்குமாறு வாங்குபவர் அறிக்கைகள் பரிந்துரைக்கின்றன.

51. உண்மையான இணையதளத்திலிருந்து போலியான அறிவிப்புகள்

எந்த ஒரு உண்மையான இணையதளத்திலிருந்து நீங்கள் ஒரு பொருளை வாங்கினாலும் வாங்காவிட்டாலும், அவர்களின் போலியான விற்பனையாளர்களில் ஒருவரால் விற்கப்படும் போலியான விஷயத்தில் நீங்கள் ஏமாற்றப்படலாம். ஒரு போலியின் அடையாளம் என்பது அழகான மற்றும் கண்கவர் வடிவமைப்புடன் இருப்பதே ஆகும் இது தற்போதைய சூழ்நிலையில், அது மறைமுகமாக இருக்கலாம். நிதி நெருக்கடியின் போது அனைவரும் செய்ய வேண்டிய ஒரு சில

கண்காணிப்புகள் இருக்கின்றன அவற்றுள் டெலிவரி கட்டணங்களில் செக் அவுட் என்பதைக் கிளிக் செய்து, நமது ஷாப்பிங் டெஸ்பாட்ச் பேஸ்கெட்டில் உள்ள பொருட்களின் விலை நாம் பார்த்த விலையை விட அதிகமாக இருக்கும், இதற்கு காரணம் இது மறைமுக செலவுகளை உள்ளடக்கிய ஒன்றாக இருக்கும். உதாரணமாக, ஒவ்வொரு தனி பொருட்களுக்கும் தனி மறைமுக கட்டணங்கள் நிர்ணயிக்கப்பட்டிருக்கும். ஆனால் அந்த இணையதளத்தில் தனி சலுகை வருடாந்திர கட்டணங்களை செலுத்தும் வாடிக்கையாளர்களுக்கு மட்டும் என்பதனை இறுதியில் தான் தெரிவிப்பார்கள். எந்தவொரு ஷாப்பிங் தளப் பக்கத்திலும் உங்கள் டிரக்கை நிரப்புவதற்கு முன், எவ்வளவு மறைமுக கட்டணம் வசூலிக்கப்படும் என்பதை நீங்கள் புரிந்து கொள்ள வேண்டும், எனவே இணையத்தில் குறிப்பிடுவது உண்மையிலேயே மதிப்புக்குரியதா என்பதை நீங்கள் தேர்வு செய்யலாம். முடிவை எடுப்பதன் மூலம் மற்றும் மறைமுக முன்னேற்றக் குறியீடுகளைக் கண்டறிவதன் மூலம் நீங்கள் செலவைத் தவிர்க்கலாம்.

52. விலை குறைவு என நம்பி வாங்கும் தரமற்ற பொருட்களிடமிருந்து உங்களைப் பாதுகாத்துக் கொள்ளுங்கள்

இணைய ஷாப்பிங் என்பது நன்கு அறியப்பட்ட முறையாகும், ஏனெனில் இது தனிப்பட்டது, எளிமையானது மற்றும் உதவிகரமானது.

உங்களைப் பாதுகாத்துக் கொள்ளுங்கள், இல்லாத அல்லது நீங்கள் நினைத்ததை விட அதிக விலை கொண்ட டீல்களில் நம்மை கொண்டுபோய் நிறுத்திவிடும், நாமும் விலை குறைவு என நம்பி விலை அதிகமானதாகவும் மற்றும் தரமற்ற பொருட்களையும் வாங்கிவிடுவோம்.

53.
சந்தேகத்திற்குரிய யுஆர்எல்கள்

ஒரு தளத்திலுள்ள பயன்பாட்டின் உண்மைத்தன்மையை உறுதிப்படுத்தவும் சந்தேகத்திற்குரிய இணையதளம் அல்லது பயன்பாட்டைப் புரிந்துகொள்வதற்கான மிகவும் நேரடியான உத்தி, பெயர் அல்லது யுஆர்எல்-ஐ தவறாக உச்சரிப்பதாகும். தவறாக ஏதேனும் இருந்தால், கிளிக் செய்யவோ பதிவிறக்கவோ வேண்டாம்.

"எச்டிடிபி://" என்பதற்குப் பதிலாக "எச்டிடிபிஎஸ்://" இல் தொடங்கி பெரிய அளவில் பாதுகாப்பான பகுதிகளை அமைக்கவும், எனவே ஒரு தளத்தை நம்புவதற்கு முன் அதன் தாக்கத்தை நீங்கள் புரிந்துகொள்வதை உறுதிப்படுத்திக் கொள்ளுங்கள். ஒரு தளத்தின் பாதுகாப்பைச் சரிபார்ப்பதற்கான மற்றொரு உத்தி, பாதுகாப்பான வலைத் தேடலின் மூலம் அதை இயக்குவது.

பயன்பாடுகளைப் பொறுத்தவரை, நீங்கள் அறிந்த மற்றும் நம்பும் பிராண்டுகள் மற்றும் நிறுவனங்களுடன் ஒட்டிக்கொள்க. கூடுதலாக, வணிகம் உரிமம் பெற்றதா அல்லது புகார்களைப் பெற்றுள்ளதா என்பதைப் பார்க்க பாதுகாப்பான வலைதளத்தை பார்க்கவும்.

54. மதிப்புரைகள் போலியான விமர்சனங்கள்

மதிப்புரைகள் போலியானவை, எனவே நீங்கள் படித்த அனைத்தையும் முழுமையாக ஒப்புக்கொள்ள வேண்டாம். போலி மதிப்புரைகளின் இரண்டு அறிகுறிகள் தனிப்பட்ட பிரதிபெயர்களின் அபத்தமான பயன்பாடு, குறிப்பிடத்தக்க நுணுக்கங்கள் தோன்றாதது, சாதாரண பெயர்கள், உடனடியாக இடுகையிடப்பட்ட வெவ்வேறு ஆய்வுகள் மற்றும்

சோகமான வாக்கிய அமைப்பு ஆகியவற்றை ஒருங்கிணைக்கிறது.

வெளிப்படையாக, எல்லா கருத்துக்கணிப்புகளும் போலியானவை அல்ல, எதை வாங்குவது என்பதை முடிவு செய்ய முயற்சிக்கும் போது ஆய்வுகள் ஒரு பயனுள்ள கருவியாக இருக்கும். இருப்பினும், வாங்கும் போது, கருத்துக்கணிப்புகளை உங்கள் மிக முக்கியமான கருத்தில் கொள்ள விடாதீர்கள்.

55. உலாவி தேடலில் ஷாப்பிங்

ஏமாற்றப்படுவதிலிருந்து தவிர்ப்பதற்கான மிகவும் ஆச்சரியமான அணுகுமுறைகளில் ஒன்று அனைத்து தளங்களிலிருந்தும் சுற்றிப் பார்ப்பது. ஒரு பொருளின் செலவு பல்வேறு வட்டங்களில், தளங்களில் உள்ள செலவை விட மிக அடிப்படை அளவில் குறைவாகவோ அல்லது அதிகமாகவோ இருந்தால், குறைந்த மதிப்பிற்குரிய விஷயம் போலியானது அல்லது அதிகப்படியான விஷயம் புரளி என்பதற்கான நல்ல அடையாளமாகும்.

ஏற்றுக்கொள்ளப்பட்ட தளத்தில் நீங்கள் உண்மையிலேயே விரும்பும் பொருளைக் கண்டுபிடிப்பது என்பது நல்ல உலாவி தேடலில் நீங்கள் பெறும் முதன்மை வெற்றியை வாங்குவதற்கான சிறந்த வழியாகும். உலாவி தேடலில் ஷாப்பிங் என்பது இணையம் முழுவதும் விலைகளை ஒப்பிடுவதற்கான எளிதான வழியாகும். கூடுதலாக, இது போக்குவரத்துடன் தொடர்புடைய செலவுகளைக் காட்டுகிறது, விளம்பரப்படுத்தப்பட்ட விலையை விட பொருளின் அதிக மதிப்பை மதிப்பிட உங்களை அனுமதிக்கிறது.

56. கட்டண அட்டை கட்டணம்

தனிப்பட்ட விண்ணப்பம், வயர் மூவ் அல்லது பேபால் ஆகியவற்றிற்கு ஒரு தனிநபருக்கு சார்ஜ் கார்டு மூலம் பணம் செலுத்துவதைத் தொடர்ந்து தேர்வு செய்ய வேண்டாம். விசா பரிவர்த்தனைகளை எளிதாகப் பின்பற்றலாம்,

மேலும் இது நியாயமான கிரெடிட் சார்ஜிங் சட்டத்தை நீங்கள் கடக்காத விஷயங்களுக்கான அங்கீகரிக்கப்படாத கட்டணங்கள் அல்லது செலவுகளுக்கு எதிராக உங்களைப் பாதுகாக்கிறது. பெரும்பாலான டெபிட் மற்றும் கிரெடிட் கார்டு வணிகங்கள் எந்த சர்ச்சைக்குரிய கட்டணங்களுக்கும் உங்களிடம் கட்டணம் வசூலிக்காது.

இணைய அடிப்படையிலான அனுப்புநருக்கு எந்தத் தனிப்பட்ட தகவலையும் கொடுக்காதீர்கள், உங்கள் பிறந்த தேதி, லெட்ஜர் தகவல் அல்லது உங்கள் அரசாங்கத்தால் நிர்வகிக்கப்படும் ஓய்வூதிய எண்ணை இணைய அடிப்படையிலான வர்த்தகருக்கு நீங்கள் ஒருபோதும் கொடுக்கக்கூடாது. இந்தத் தகவலைக் குறிப்பிடும் தளம் ஒரு மோசடியாக இருக்கலாம்.

57.90% தள்ளுபடி

ஆர்வத்துடன் தடைசெய்யப்பட்ட நாகரீக விஷயங்கள், சூடான விஷயங்களுக்கு 90%

தள்ளுபடி வழங்கும் பிராந்தியங்கள், அற்புதமான விளையாட்டுத் திட்டங்களுக்கான சில்லறை விற்பனையாளர் கூப்பன்கள், மற்றும் ஆட்சேபனைகள் மற்றும் பளபளப்பான மேலோட்டங்களைக் கொண்ட விஷயங்கள் அனைத்தும் அனைத்து நோக்கங்களுக்கும் காரணங்களுக்கும் ஒன்றை வழங்குகின்றன - அவை போலியானதாக இருக்கலாம். ஏதாவது கணிசமானதாக இருக்க முடியாது என்று தோன்றினால், உங்கள் தூண்டுதலில் கவனம் செலுத்தி விட்டுவிடுங்கள்.

58. விஷிங்

குரல் ஃபிஷிங்கின் சுருக்கமான விஷிங், பலவீனமான தகவல்களை வழங்குவதில் பின்னடைவை ஏமாற்ற தவறான அழைப்புகளைப் பயன்படுத்துகிறது, எடுத்துக்காட்டாக, உள்நுழைவு அங்கீகாரங்கள், விசா எண்கள் அல்லது வங்கி நுணுக்கங்கள்.

குறைவான குறிப்பிடத்தக்க ஒரு நிறுவனப் பாதுகாப்பு ஆபத்து மற்றும் ஒரு மோசடி

போன்றது, விஷிங் என்பது பின்னடைவைச் சமாதானப்படுத்துவதன் மூலம் தொலைபேசி மூலம் தகவல் அல்லது பணத்தை எடுக்க முயற்சிப்பதைக் குறிக்கிறது. இந்த அழைப்புகள், இழப்பின் நம்பிக்கையைப் பெற, கடந்த கணினிமயமாக்கப்பட்ட தாக்குதல்களில் கடந்து வந்த தனிப்பட்ட தரவைப் பயன்படுத்துகின்றன.

இந்த வகையான ஆபத்து முற்றிலும் ஏறுமுகத்தில் உள்ளது - குறிப்பாக மனிதனால் உருவாக்கப்பட்ட நுண்ணறிவின் உதவியுடன். ஃபிஷிங், மற்ற வகையான மோசடிகள் மற்றும் தந்திரங்களைப் போலவே, நன்கு அறியப்பட்ட தாக்குதலாகும், ஏனெனில் இது எளிதானது, பெரிய அளவில் நன்றாக வேலை செய்கிறது மற்றும் பெரும்பாலும் வேலை செய்கிறது. இதற்கு நடைமுறையில் குறிப்பிட்ட கருதுகோள் தேவையில்லை மற்றும் இணையத்தில் காணக்கூடிய மையத் தகவலைக் கடந்த சான்றளிக்கப்பட்ட குறியீட்டுத் தரவு தேவையில்லை.

புதிய மதிப்பாய்வின்படி, 25% தொலைபேசி மோசடிகளால் பணத்தை இழப்பார்கள். இதுபோன்ற பின்தொடர்பவர்கள் ஏறுமுகத்தில்

இருப்பதையும், அவற்றைப் பற்றி மக்கள் குறைவாகக் காட்டப்படுவதையும் இந்த எண்ணிக்கை காட்டுகிறது.

ஒரு நிறுவன அதிகாரி, கிளையன்ட் அல்லது பங்குதாரரைப் போன்ற ஒரு உருவத்தை பிரதிபலிப்பதே பொதுவாக உணரப்படும் விஷிங் வகையாகும். இந்த மோசடி செய்பவர்கள் பெரும்பாலும் முக்கியமான தகவலைப் பெறுவார், உதாரணமாக, ஒரு நிர்வாகம் ஓய்வுபெறும் எண்ணை மேற்பார்வையிடுகிறது. இந்த அழைப்புகள், மறுபுறம், பாதிக்கப்பட்டவர் பிசி ரகசிய விசை போன்ற முக்கியத்துவம் வாய்ந்த ஒன்றை வழங்கியதாக நம்பப்பட்டால், உலகளாவிய அச்சுறுத்தலாக அதிகரிக்கும் சாத்தியம் உள்ளது.

அரிதான சந்தர்ப்பங்களில், மோசடி செய்பவர்கள் நிறுவனத்தின் இருப்புக்களை திருட அல்லது ஒரு பிரதிநிதிக்கு பணத்தை அனுப்ப முயற்சிப்பதற்காக போலி கோரிக்கைகளைப் பயன்படுத்துவார்கள். இந்த தாக்குதல்களைத் தடுப்பதற்கான மிகச் சிறந்த வழி, மோசடி செய்பவரின் குறிக்கோள் அல்லது முறையைப் பொருட்படுத்தாமல், பொருத்தமான

வாடிக்கையாளர் நினைவாற்றல் திட்டங்கள் மூலம் ஆகும்.

மனிதனால் உருவாக்கப்பட்ட நுண்ணறிவு அடிப்படையிலான விஷிங் அறிவு அடிப்படையிலான விஷிங்கை மீண்டும் உருவாக்கியது. மறுஉருவாக்கம் செய்யப்பட்ட அறிவு குறைவான திட்டங்களைச் செயல்படுத்துவதற்கான கேஜெட்டாக மாறத் தொடங்குகிறது, மேலும் ஃபிஷிங் போன்ற நன்கு திட்டமிடப்பட்ட மோசடிகளில் அதை வரிசைப்படுத்துவதை நாங்கள் காண்கிறோம். உருவகப்படுத்தப்பட்ட நுண்ணறிவு நிலையான மனிதத் தரவைப் பயன்படுத்தாமல் வடிவமைப்புகளைக் கண்டறிந்து அவற்றிலிருந்து சுழற்சிகளை உருவாக்குவதன் மூலம் செயல்படுகிறது. இதன் பொருள், அதன் கணக்கீடு ஒரு உதாரணத்தைக் கண்டறிந்தவுடன், அது சுழற்சிகளை உருவாக்க முடியும்.

59. குளோனிங் குரல் டிஜிட்டல் தாக்குதல்

தற்போது, கணினி அடிப்படையிலான நுண்ணறிவு மென்பொருள் ஒரு நபரின் குரலைப் பிரதிபலிக்கும், ஊழியர்களுக்கு அவர்கள் மேலாளர்கள் அல்லது முதலாளிகளுடன் உரையாடுவது போன்ற தோற்றத்தை அளிக்கிறது. உண்மையில், குரல் குளோனிங்கைப் பயன்படுத்தி ஒரு மிகப்பெரிய மேம்பட்ட தாக்குதல்கள் நடைபெறுகிறது.

வங்கியின் பாதுகாப்பு சுழற்சியின் ஒரு பகுதியாக பல மில்லியனை பணப் பரிமாற்றம் செய்ய ஒரு வங்கி மேற்பார்வையாளரை நம்ப வைப்பதற்காக, தாக்குதல் நடத்துபவர் கம்ப்யூட்டர் அடிப்படையிலான நுண்ணறிவைப் பயன்படுத்தி நிறுவனத்தின் தலைவரின் குரலைப் பிரதிபலிப்பார்.

இது டிஜிட்டல் தாக்குதலுக்கு வழிவகுக்கும் ஒரு தலைமை அதிகாரியின் பேச்சு, குரல் மற்றும் குரல் வன்மையை குளோன் செய்ய ஆழமான குரல் தொழில்நுட்பத்தைப் பயன்படுத்துவது முதன்மையான ஒன்றாகும், இது நேரடியான வழியில் அவ்வாறு செய்வதில் முதன்மையானது. விர்ச்சுவல் டைவர்ஷன், யூடியூப், நேர்காணல் கணக்குகள் போன்றவற்றிலிருந்து குரல் திட்டங்கள் உடனடியாக திறக்கப்படுவதால், மனிதனால் உருவாக்கப்பட்ட அறிவு அனைத்து இணைப்புகளுக்கும் மிகப்பெரிய ஆபத்தை ஏற்படுத்துகிறது.

60. ரோபோகால்

இந்தத் தாக்குதல்கள் ஒரு குறிப்பிட்ட மொழிக் குறியீட்டில் ஒவ்வொரு தொலைபேசி எண்ணுக்கும் முன் பதிவு செய்யப்பட்ட அணுகுமுறையை அனுப்ப நிரலைப் பயன்படுத்துகின்றன. கணினிமயமாக்கப்பட்ட குரல் பாதிக்கப்பட்டவரின் பெயர் மற்றும் பிற

தகவல்களைச் சொல்லும்படி கேட்கிறது. பதில்கள் பதிவு செய்யப்பட்டு, நிழலான கிரெடிட் கார்டுகள் அல்லது பணத்தைத் திறக்கப் பயன்படுத்தப்படுகின்றன.

அதிர்ஷ்டவசமாக, இந்த அழைப்புகள் கணிசமான எண்ணிக்கையிலான நபர்களுக்குத் தெரிந்திருக்கும் மற்றும் அவர்கள் அவற்றைப் பெறும்போது நிறுத்தப்படும் அளவுக்கு வழக்கமானதாக முடிவடைகிறது. உலகளாவிய அல்லது தடுக்கப்பட்ட எங்கள் இந்த தாக்குதல்களின் மற்றொரு அறிகுறியாகும், ஏனெனில் மோசடி செய்பவர்கள் நிபுணர்கள் விரும்பும் அனைத்தையும் பெறுவதைத் தடுக்க எங்களைப் பார்க்க வேண்டும்.

61. வாய்ஸ் ஓவர் ஐபி (விஓஐபி)

வாய்ஸ் ஓவர் ஐபி என்பது குறிப்பிடத்தக்க வணிக முன்னேற்றங்களைச் செயல்படுத்திய குறிப்பிடத்தக்க தொழில்நுட்பமாகும்.

இருப்பினும், குற்றவாளிகள் சந்தேகத்திற்கு இடமின்றி தாக்குதல்களை அனுப்ப போலி

எண்களை உருவாக்க முடியும். இந்த முறை ஒரு ரோபோகால் உடன் இணைக்கப்படலாம், ஆனால் பெரும்பாலான நேரங்களில், பலியாள் மனிதர்கள். இந்த அழைப்புகளை அழிப்பதற்கான சிறந்த வழி, தாக்குதல்களை உணரும் வகையில் அதை எளிதாக்குவது, செய்தி அனுப்பப்பட்ட கூடுதல் தகவல்களைக் கோருவதாகும்.

62. போலி வாடிக்கையாளர் சேவை ஐடி

இந்த தாக்குதல், உண்மையான பார்வையாளர் ஐடியைப் போலியாகப் பயன்படுத்துவதற்கு நிரலாக்கத்தைப் பயன்படுத்தும் விதத்தைக் கருத்தில் கொண்டு குறிப்பாக தீங்கு விளைவிக்கும். வழக்கமாக, மோசடி செய்பவர்கள் செலவு அலுவலகம், காவல் துறை அல்லது கிளினிக் போன்ற ஒரு குழுவிற்கு சிக்கலை ஏற்படுத்த முயற்சி செய்கிறார்கள், மேலும்

பாதிக்கப்பட்டவருக்கு பொதுவாகத் தேவையில்லாத தகவல்களைத் தருவார்கள்.

இந்த தாக்குதல்களை உணர கடினமாக உள்ளது, மேலும் அவற்றைத் தவிர்ப்பதற்கான சிறந்த வழி, விஷ்ஜிபி என மற்றொரு ஊடகத்திற்கு அழைப்பை மேற்கொள்வதாகும். இந்த போலி வாடிக்கையாளர் சேவை ஐடிகள் சில தொலைபேசிகள் மற்றும் உண்மையான பாதுகாப்பு அமைப்புகளால் தானாகவே நிராகரிக்கப்படும்.

63. டம்ப்ஸ்டர் ப்ளளங்கிங் மற்றும் டம்ப்ஸ்டர் ஜம்பிங்

நிறுவனத்தின் குப்பையிலிருந்து சேகரிக்கப்பட்ட தகவல்களைக் கொண்டு நடத்தப்படும் தாக்குதல்கள். உத்தியோகபூர்வ சங்க அறிக்கைகள் ஒரு உற்பத்தி ஃபிஷிங் தாக்குதலை அனுப்புவதற்கு திருப்திகரமான தனிப்பட்ட தரவுகளைக் கொண்டிருக்கின்றன.

டம்ப்ஸ்டர் பவுன்சிங் முரண்படுவதற்கான சிறந்த முறை அவசியம். ஒவ்வொரு நிறுவனமும் மிகப்பெரிய பதிவுகளை தூக்கி எறிவதற்கு முன் அவற்றைத் துண்டிக்க வேண்டும். நீங்கள் வெளி நிறுவனத்தில் ஈடுபட்டாலும் அல்லது அலுவலகத்திற்கு துண்டாக்கிகளை வாங்கினாலும், சாத்தியமான ஆபத்துகளைப் பற்றி சிந்திப்பது நல்லது.

64. உதவி மையத்தில் இருந்து கார்டு புதுப்பிப்பு

தொழில்நுட்ப ஆதரவு அழைப்பு பெரிய நிறுவனங்களில், பணியாளர்களுக்குத் தெரியாவிட்டாலும் அல்லது சிறப்பு உதவி மையத்தில் இருந்து யாரையும் சந்திக்காவிட்டாலும், இந்தத் தாக்குதல் பொதுவானது. மோசடியாளர்கள் வாடிக்கையாளர்களுக்கு கார்டு புதுப்பிப்பு தேவை என்று கற்பனை செய்கிறார்கள் அல்லது

பின்னடைவின் மர்ம வார்த்தையை சரிசெய்து கோருகிறார்கள்.

இந்த தாக்குதல்களை முறியடிப்பதற்கு பயிற்சி அடிப்படையானது. வாடிக்கையாளர்கள் தங்கள் மர்ம சாவியை ஃபோன் மூலம் வெளிக்கொணர வேண்டும் என்று நீங்கள் எந்த நேரத்திலும் கோரமாட்டீர்கள் என்பதையும், எந்த நிபந்தனையின் கீழும் அவர்கள் அவ்வாறு செய்யக்கூடாது என்பதையும் வாடிக்கையாக நினைவூட்டுங்கள்.

65. தொலைபேசி செய்தி தந்திரம்

தொலைபேசி செய்தி தந்திரம் குரல் செய்தி தந்திரம் இந்த தனித்துவமான தாக்குதலில் தொலைபேசிக்கான எச்சரிக்கைகள் அடங்கும். சேமித்த குரல் செய்திகளைப் பற்றிச் சொல்ல, பல பயன்பாடுகள் தங்கள் வாடிக்கையாளர்களுக்குச் செய்திகளை அனுப்புகின்றன. இந்த செய்திகள் குரல் செய்தியை மையமாகக் கொண்டு ஒரு தொடர்பை ஒருங்கிணைக்கும். இந்த மோசடி மெசேஜ்கள், மால்வேர்களை அவற்றின்

கான்ட்ராப்ஷன்களில் பதிவிறக்கும் இணையதளத்திற்கு வாடிக்கையாளர்களை வழிநடத்துகிறது.

ஃபிஷிங் செய்திகளை அடையாளம் காண வாடிக்கையாளர்கள் போதுமான அளவு தயாராக இருப்பதை உறுதிப்படுத்த இந்த தந்திரம் பயன்படுத்தப்படலாம். இந்தச் செய்திகள் மீண்டும் மீண்டும் அச்சுக்கலை பிழைகள் மற்றும் தவறாக மதிப்பிடப்பட்ட லோகோக்களைக் கொண்டிருக்கின்றன, மேலும் அவை உண்மையான இடப் பெயர்களிலிருந்து அனுப்பப்படுவதில்லை.

66. பழைய விற்பனை வாடிக்கையாளர் அழைப்பு

டம்ப்ஸ்டர் ப்ளங்கிங் மூலம் பழைய விற்பனையைக் கண்டறிவதன் மூலம், இந்தத் தாக்குதல்களை முடித்த மோசடி செய்பவர்கள், உங்கள் நிறுவனத்தின் வாடிக்கையாளர் எனக் கூறி,

ரசீதைக் கோருவார்கள். அவர்கள் கேள்விக்குரிய நபரை வயர் செய்து, செல்ல வேண்டிய தேவையின் அடிப்படையில் நிறுவனத்தின் பணத்தை எடுத்துக்கொள்வார்கள்.

இந்த மோசடி ஒவ்வொரு சங்கமும் எந்த ரசீது பகுதிகள் அல்லது வயர்களுக்கு இரு நபர் எழுத்துறுதியை எவ்வாறு பெற வேண்டும் என்பதற்கான உண்மையான அவுட்லைன் ஆகும். அது போலவே, தாக்குதலுக்கு உள்ளாகாத மற்றொரு நபர் தரவுகளை படித்து தவறான முயற்சிகளை அங்கீகரிக்க முடியும்.

67. போலி வழிகாட்டுதல்

விஷிங் முற்றிலும் அதிகரித்து வருகிறது. இது போலிகளையும் மோசடிகளையும் எதிர்த்துப் போராடுவதற்கான சிறந்த வழி, உங்கள் வாடிக்கையாளர்களுக்கு அவர்கள் இருப்பதை ஒப்புக்கொள்வதற்கு உத்தரவாதம் அளிப்பதாகும். ஃபிஷிங் பிரச்சாரங்களைப் போலவே

ஒட்டுமொத்தமாக விஷிங் திசைதிருப்பல்களும் அடிப்படையானவை மற்றும் உங்கள் நிறுவனத்தின் நல்வாழ்வைக் கவனித்துக்கொள்வதற்கான ஆயத்த முயற்சிகளின் ஒரு பெரிய பகுதியாக இருக்க வேண்டும்.

உங்கள் இணைப்பு ஆபத்தில் உள்ளதா என்பதைச் சரிபார்ப்பதற்கான சிறந்த வழி, நம்பகமான முறையில் இரண்டு சோதனைகளை நடத்துவதும், உங்கள் பாதுகாப்பை தேவைக்கேற்ப மாற்றுவதும் ஆகும். புரோகிராமர்கள் பொதுவாக சாதாரண சூழ்நிலைகள் மற்றும் மக்கள் தங்கள் பாதுகாப்பை கைவிடும் சூழ்நிலைகளை நம்பியிருக்கிறார்கள்.

ஃபிஷிங் தாக்குதல்களைத் தடுப்பதற்கான சிறந்த வழி, இந்த சூழ்நிலைகள் எவ்வாறு செயல்படுகின்றன மற்றும் எதைப் பார்க்க வேண்டும் என்பதைப் பற்றி வாடிக்கையாளர்களுக்குக் கற்பிப்பதாகும். மக்கள் இதில் முழுமையாக தயாராக இருக்கும் கட்டத்தில், விஷிங் தாக்குதல்களைத் தடுப்பதற்கான நடைமுறைகள் அடிப்படை மற்றும் அதிக சாதனை விகிதத்தைக் கொண்டுள்ளன.

இந்தத் தாக்குதல்கள் ஒரு தனிநபரைச் சுற்றியோ அல்லது முழு வணிகத்தையோ மையமாகக் கொண்டாலும் ஒப்பிடத்தக்கது. உங்கள் பணியாளர்கள் தங்கள் வாழ்நாள் முழுவதும்-வேலையிலும் வீட்டிலும்-விஷிங் பற்றி அவர்களுக்குக் கற்றுக் கொடுத்தால் அவர்கள் பாதுகாக்கப்படுவார்கள்.

68. கணக்குத் தகவல் ஃபிஷிங்

"ஃபிஷிங்" வாய்மொழியாக – மீன்பிடித்தல் போன்ற வடிவமைப்பை கொண்ட ஒன்று என்பது போலியான இடங்களுக்கு மின்னஞ்சல் மூலம் உங்களை ஈர்க்கும் போது, நீங்கள் தனிப்பட்ட, பணம் தொடர்பான அல்லது தனிப்பட்ட தகவல்களைக் கண்டுபிடித்ததாகக் குறிப்பிட்டு, கடவுச்சொற்கள், கணக்கு எண்கள் அல்லது வர்த்தகத் தகவல் போன்றவற்றை கொடுக்க நேரிடலாம். நீங்கள் உள்நுழைந்து உடனடியாக நடவடிக்கை எடுக்காவிட்டால், இரண்டு

அடிப்படை முடிவுகளைத் தடுக்கும் மின்னஞ்சல் மிகவும் குறிப்பிடத்தக்க வகை ஃபிஷிங் ஆகும்.

மின்னஞ்சல் மூலம் நீங்கள் பதிலளிக்கவோ அல்லது பதிலளிக்கவோ கூடாது: நிறுவனம் அல்லது தனிப்பட்ட தகவலை மின்னஞ்சலில் தெளிவாக உள்ளிடவும் அல்லது அந்த தகவலை வேறு வழியில் வழங்கவும், உங்களைப் பற்றிய அல்லது உங்கள் நிறுவனத்தைப் பற்றிய வெளிப்படையான தகவலை வழங்குவதன் மூலம் நீங்கள் ஒரு சுருக்கமான செயலை எடுக்கும் வாய்ப்பைத் தவிர்த்து, உங்கள் பதிவை மூடுவதற்கு அல்லது இடைநிறுத்துவதற்கான வழிகளைக் கண்டறியும் தனிப்பட்ட தகவலை உள்ளிடுவதற்கு நீங்கள் நெருக்கமாக இருக்கும் மதிப்பாய்வில் உங்கள் உதவியைக் கோருகிறது. உங்கள் பதிவு சமரசம் செய்யப்பட்டுள்ளது அல்லது உங்களுக்காகவும், உங்கள் பதிவுத் தகவலை நீங்கள் உள்ளிடும் அல்லது உறுதிப்படுத்தும் விற்பனையிலும் புறக்கணிக்கப்பட்ட வளர்ச்சி இருப்பதாகக் கூறுகிறது

உங்கள் கணக்கில் (களில்) அங்கீகரிக்கப்படாத வர்த்தகங்கள் இருப்பதாகக் கூறி, உங்கள் பதிவுத் தகவலைக் கோருகிறது. உங்கள் கிளையன்ட் ஐடி,

ரகசிய வெளிப்பாடு அல்லது பதிவு எண்களை மின்னஞ்சல் அல்லது மனோபாவ தளத்தில் உள்ளிடுமாறு கோருகிறது. உங்கள் பதிவுத் தகவலை நீங்கள் சான்றளிக்க வேண்டும், உறுதிப்படுத்த வேண்டும் அல்லது ஊக்கப்படுத்த வேண்டும் என்று கோருகிறது உங்கள் வழக்கமான உள்நுழைவுத் தகவலைக் கடந்த கூடுதல் தரவைக் குறிப்பிடும் திரைக்கு உங்களை வழிநடத்துகிறது. நீங்கள் பயன்படுத்தாத வங்கி அமைப்புகளுக்கான கணக்குத் தகவலை உறுதிப்படுத்த வேண்டும் என்று கோருகிறது

69. மோசடி ஃபோன் எண்

ஃபிஷிங் மோசடி ஒரு தொலைபேசி இணைப்புடன் இணைக்கப்படலாம். முதலாவது "ஃபிஷிங்" ஆகும், அங்கு குற்றவாளிகள் அதிக எண்ணிக்கையிலான செய்திகளை அனுப்புகிறார்கள், குழப்பமான வாடிக்கையாளர்களை ஆர்டர் செய்யப்பட்ட தகவலைப் பகிர்வதில் ஏமாற்றுவார்கள்.

இப்போதைக்கு, "விருப்பம்" உள்ளது. சமீபத்திய வளைவில், மோசடி செய்பவர்கள் ஃபோன் எண்ணை உள்ளடக்கிய ஃபிஷிங் மின்னஞ்சல்களை அனுப்புகிறார்கள். நீங்கள் அழைத்தால் தனிப்பட்ட அல்லது கணினிமயமாக்கப்பட்ட குறிப்பு கட்டமைப்பானது உங்கள் கணக்கு அல்லது தனிப்பட்ட தகவலைக் கோரும்.

நீங்கள் எந்த வகையிலும் யாரும் கவலைப்படுவதில்லை என்று கருதி, உங்கள் திட்டத்தைத் தொடங்கியபோது நாங்கள் உங்களுக்கு நேரடியாகக் கொடுத்த தொலைபேசி எண்களை அழைக்கவும்.

70. கைப்பற்றுதல் அல்லது பிடுங்குதல் அல்லது பிடித்தல்

கைப்பற்றுதல் என்பது ஒரு வகையான நிறுவன பாதுகாப்புத் தாக்குதலாகும், இதில் ஆக்கிரமிப்பாளர் இரண்டு கூறுகளுக்கு

இடையேயான கடிதப் பரிமாற்றத்தின் மீதான கட்டுப்பாட்டை எதிர்பார்க்கிறார் மற்றும் முகமூடிகளை ஒன்றாகக் காட்டுகிறார். கேட்ச் தாக்குதல்கள், தகவலுக்கு போதுமான அளவு நெருங்கி வருவதற்குப் பயன்படுத்தப்படலாம் அல்லது தாக்குபவர் அந்த வாடிக்கையாளரைப் பிரதிபலிக்கலாம் மற்றும் கிளையன்ட் சங்கத்தின் (அதாவது பணத்தை நகர்த்துதல்) ஆதரிக்கும் எதையும் செய்யலாம். வழக்கமான வணிக நேரங்களில் உங்களால் பய்மேன்ட் நெட்ஜ திறம்பட அணுக முடியாவிட்டால் பட்டியலிடப்பட்டுள்ள பதில்களில் ஒன்றைப் பெறவில்லை என்றால், நீங்கள் உடனடியாக உங்கள் திட்ட மேலாளரைத் தொடர்புகொண்டு உங்கள் பிரதிநிதியிடம் கேட்கவும்

முன்னெச்சரிக்கை நீட்டிக்கப்பட்ட மின்வெட்டு விழிப்பூட்டல்களுடன் முரண்படும் உதவிக்காக (குறிப்பாக வழக்கமான வணிக நேரங்களில்) சிஸ்டம் செயலிழந்துவிட்டது என்ற செய்தி. பய்மேன்ட் நெட் முகப்புத் திரைக்கு மாறாக நியாயமான திரையைப் பெறுவீர்கள். பய்மேன்ட் நெட் முகப்புத் திரை வழக்கமானதாகத் தெரியவில்லை (முடிவுகள் இல்லை). பய்மேன்ட் நெட் உள்நுழைவுத் திரை மீண்டும் மீண்டும்

தோன்றும் மற்றும் மீண்டும் உள்நுழைய உங்களைக் கோரும்

71. மால்வேர் மற்றும் பாட்நெட்ஸ்

நிறுவன பாதுகாப்பு துறையில் தொடர்ச்சியான மேம்படுத்தல்கள் ஆன்லைன் பாதுகாப்பு தாக்குதல்களின் எண்ணிக்கை மற்றும் கணிக்க முடியாத தன்மையில் கூர்மையான நீட்டிப்பைக் காட்டுகின்றன. பெரிய வங்கி நிறுவனங்களில் பணம் தொடர்பான பயன்பாடுகளின் வாடிக்கையாளர்களை குறிவைக்க முடியும் என்ற உண்மையின் வெளிச்சத்தில் குறிப்பாக கவலையளிக்கிறது.

வாடிக்கையாளரின் தனிப்பட்ட கணினியில் "மால்வேர்" எனப்படும் தீங்கிழைக்கும் மென்பொருளை உட்செலுத்துவது இந்த தாக்குதல்களில் ஒன்றாகும், இது மிகவும் புகழ் பெற்றது. "ரோபோ" பிசிக்களின் குழுவின் ஒரு பகுதியாக தீம்பொருளால் இயந்திரம்

"அடக்கப்படும்". மெக்கானிக்கல் மடிக்கணினிகளின் "போட்நெட்" ஆக இணைக்கப்பட்டுள்ளது.

போட்நெட்ஸ் மூலம் அனுப்பப்படும் தீம்பொருளின் பயன்பாடு, ஏற்கனவே உள்ள பாதுகாப்பு அமைப்புகளைத் தவிர்ப்பதற்கு மோசடி செய்பவர்களுக்கு உரிமம் அளிக்கிறது, அத்துடன் நம்பமுடியாத பலவீனமான தரவு மற்றும் பாதுகாப்பு திறன்களைச் சேகரிக்கிறது மற்றும் போலி வர்த்தகங்களை மேற்பார்வையிடுகிறது.

72. கிளையண்ட் கன்சோல்

கிளையண்ட் கன்சோல் மூலம் உள்ளிடப்படும் அனைத்து விசை அழுத்தங்களும் மால்வேர் மற்றும் பாட்நெட்களால் பதிவு செய்யப்படுகின்றன, இதில் கடவுச்சொற்கள், கிளையன்ட் ஐடிகள், கணக்கு எண்கள் மற்றும் அரசாங்க ஆதரவு ஓய்வூதிய எண்கள் ஆகியவை அடங்கும். கீஸ்ட்ரோக் லாக்கிங் என்பது

தீம்பொருள் பயன்படுத்தும் ஒரு பொதுவான நுட்பமாகும், மேலும் இது கீஸ்ட்ரோக் லாக்கிங் என்று அழைக்கப்படுகிறது.

இந்த ரகசியத் தகவலை உடனடியாக ஒரு மையப் பிழையான தரவுத் தொகுப்பிற்கு அனுப்பவும், இதனால் அது வெகு தொலைவில் இல்லாத எதிர்காலத்தில் பயன்படுத்தப்படலாம் அல்லது மற்றொரு மோசடி செய்பவருக்கு லாபத்திற்காக வழங்கப்படலாம்.

அனுமதி பெறுவதற்கான பாதுகாப்புத் திறன்களை வழங்காமல், வாடிக்கையாளர் இயந்திரம் மற்றும் அனைத்து பயன்பாடுகளின் மீதும் நேரடிக் கட்டுப்பாட்டை எதிர்பார்க்க ஒரு மோசடி செய்பவருக்கு வழங்கவும்.

பாட்நெட்டிற்குள் கிளையண்டின் கணினியைத் தடுக்கவும், மோசடி செய்பவரை கணினியிலிருந்து பாதுகாப்பு தாக்குதல்களை அனுப்ப அனுமதிக்கிறது, இது மோசடி செய்பவர் கண்டறிவதைத் தவிர்க்க உதவுகிறது.

மால்வேர் தாக்குதல்களுக்கு அடிபணியாமல் இருப்பதற்கான சிறந்த வழி, இங்கே சித்தரிக்கப்பட்டுள்ள பய்மேன்ட் நெட்

வாடிக்கையாளர்களுக்கு பரிந்துரைக்கப்பட்ட பாதுகாப்பு சிறந்த நடைமுறைகளைப் பின்பற்றுவதன் மூலம் அசாதாரணமான PC நேர்த்தியைப் பயிற்சி செய்வதாகும்.

73. மின்னஞ்சல் மிரட்டி பணம் பறித்தல்

மின்னஞ்சல் தவறாகக் குறிப்பிடுதல் என்றும் அழைக்கப்படுகிறது, இது தனிப்பட்ட ஆதாயத்திற்காக மற்றொரு நபரின் வேண்டுமென்றே கையாளுதல் அல்லது தீங்கு விளைவிக்கும் வழிமுறையாக மின்னஞ்சலைப் பயன்படுத்துதல் ஆகும். முந்தைய காலங்களில் மக்கள் தொலைபேசி மற்றும் காகித அஞ்சல்களைப் பயன்படுத்துவதைப் போலவே, பரவலாகப் பயன்படுத்தப்பட்ட சிறிது நேரத்திலேயே மக்களைத் தவறாக வழிநடத்த மின்னஞ்சல் பயன்படுத்தத் தொடங்கியது.

மின்னஞ்சல் பிளாக்மெயில் ஒரு உறுதியான மோசடியாக காட்டப்படலாம். சில உறுதியான தந்திரங்கள் அதன் பின்னடைவுகளின் உள்ளார்ந்த கொந்தளிப்பையும் உண்மையற்ற தன்மையையும் பெரும்பாலும் பயன்படுத்திக் கொள்ளும். இது ஒரு "ஒப்பந்தம்" அல்லது "எதுவுமில்லை" என்பது ஒரு விருப்பமாக. மற்ற "பங்கோ திட்டங்களைப்" போலவே, மின்னஞ்சல் தவறாகப் பிரதிநிதித்துவம் செய்வது எளிதாகப் பண மோசடிகளில் நம்பிக்கை கொண்ட அப்பாவி மக்களை குறிவைக்கிறது. இவை 'நியாயமற்ற' கோட்பாடுகளை ஒருங்கிணைக்கிறது அல்லது புகழ்பெற்ற பொருட்களை 'கற்பனைக்கு எட்டாத குறைந்த' விலையில் விற்கும்.

மற்றொரு வகையான மின்னஞ்சல் வற்புறுத்தல் என்பது மின்னஞ்சல் கேலிக்கூத்தாக அறியப்படும் நுட்பமாகும்: பெறுநர் சரியான பதிவிற்குப் பதிலாக மோசடி செய்பவரின் பதிவில் மூலத் தகவலை தவறாக வழிநடத்துவதன் மூலம் ஏமாற்றப்படுகிறார். இந்த உத்தி ஃபிஷிங் அல்லது ஸ்டிக் ஃபிஷிங் என்று அழைக்கப்படுகிறது: ' ஃபிஷிங் என்பது ஒரு பதிவு ஹேக் செய்யப்பட்டதற்கான அறிவிப்பு போன்ற அதிக

எண்ணிக்கையிலான செய்திகளை அனுப்புவதை உள்ளடக்கியது; ஸ்பியர் ஃபிஷிங்' பொதுவாகச் சொல்வதானால், ஒரு உண்மையான பணம் பெறுபவருக்கு ஒரு பெரிய அளவிலான பணத்தைச் செலுத்த வேண்டும் என்று யூகிக்கும் ஒரு நபருக்கு உறுதியான செய்தியை உள்ளடக்கியது.

74. மிமிக்கிங்

வேறொருவரைப் போல நடித்து மின்னஞ்சல்களை ஃபிஷிங் செய்வது மின்னஞ்சல் கேலிக்கூத்தாக அறியப்படுகிறது. ஏமாற்ற பல வழிகள் உள்ளன. அனைத்து எதிர்பார்ப்புகள் மற்றும் வடிவமைப்பிற்கு அவர்கள் அனைவரும் வழங்குவது என்னவென்றால், சான்றளிக்கப்பட்ட டிரான்ஸ்போர்ட்டரின் பெயர் மற்றும் செய்தியின் தொடக்கம் ஆகியவை பெறுநரிடமிருந்து மறைக்கப்படுகின்றன அல்லது ஒதுக்கி வைக்கப்படுகின்றன. மின்னஞ்சல் ஏமாற்றும் பல நிகழ்வுகள் எந்த விதமான குழப்பத்திலும் பயன்படுத்தப்படுகின்றன, மேலும் பெரும்பாலான பிளாக்மெயில் தெளிவாக

குற்றமாக இருப்பதால், குற்றவாளிகள், பொதுவாக பேசுகையில், அடிப்படை பகுதியை தவிர்க்க முயற்சி செய்கிறார்கள்.

75. நட்புரீதியான திட்டமிடல் ஃபிஷிங்

ஃபிஷிங் என்பது ஒரு வகையான நட்புரீதியான திட்டமிடல் ஆகும், அங்கு தாக்குபவர் ஒரு போலியான மிகைப்படுத்தல், கேலி செய்தல் அல்லது ஏமாற்றுதல் போன்று ஒரு நபரை ஏமாற்றி தாக்குபவர்க்கு முக்கியமான தகவலை வெளிப்படுத்தும் அல்லது அச்சுறுத்தும் நிரலாக்கத்தைப் பயன்படுத்துவார் என எதிர்பார்க்கப்படுகிறது. ஒரு இழப்பு அமைப்பு, எடுத்துக்காட்டாக, ரான்சம்வேர். ஃபிஷிங் மின்னஞ்சல்கள் பாதிக்கப்பட்டவர் ஏற்கனவே வணிக உறவைக் கொண்ட தற்போதைய நிறுவனத்திடமிருந்து வரலாம். இந்தச் சந்தர்ப்பத்தில், "பொறி" என்பது

பாதிக்கப்பட்டவரின் வங்கி போன்ற "பணப்பறிப் பிரிவின்" செய்தியாகத் தோன்றலாம், இது வாடிக்கையாளரிடம் கேட்கும்: அவர்களின் தகவலை உறுதிப்படுத்தவும்"; "அவர்களுடைய பதிவில் உள்நுழையவும்"; "மற்றொரு மர்ம வார்த்தையை உருவாக்கவும்" அல்லது அவர்கள் ஏற்றுக்கொண்ட இணையதளத்திற்கு அனுப்பப்படுவதற்குப் பதிலாக, அவர்கள் ஒரே மாதிரியான ஆனால் வேறு யுஆர்எல்ஐக் கொண்ட ஒரு பக்கத்திற்கு அனுப்பப்படுகிறார்கள். அவர்களின் உள்நுழைவு நுணுக்கங்களை உள்ளிட்ட பிறகு, அவர்களின் பயனர்பெயர் மற்றும் ரகசிய விசை பங்க்களுக்குத் தெரியும். பொதுவாக, ஃபிஷிங் செய்திகள் இணையத்தளத்தில் பொழுதுபோக்கிற்காக இணையத்தளத்தில் மற்றொரு துணையைக் கோருவதற்குப் பெறுபவரை ஊக்குவிக்கும் செய்தி போன்ற பாதிப்பில்லாததாகத் தோன்றலாம். எவ்வளவு தீங்கற்ற செய்தியாக இருந்தாலும், அது ஒரு போலிப் பக்கத்திற்கு பின்னடைவை ஏற்படுத்துகிறது. ஒரு தணிக்கையில், நிபுணர்கள் உளவியல்

அனிச்சைகள் மற்றும் உணர்வு-தொடர்புடைய நாட்டங்கள் மிதமானவை என்று கருதினர். கூடுதலாக, விரைவான மின்னஞ்சல் உண்மையான தேர்வுகளில் தீர்வு காண வேண்டிய நபர்கள் அதிக பிழைகளைச் செய்தனர்.

76. போலியான ஒப்பந்த சலுகைகள்

வேலை மற்றும் பொருட்களை வாங்குவதற்கு மின்னஞ்சல் குறிப்பிடுவது ஏமாற்றப்பட்ட நிகழ்வுகளாக இருக்கலாம். பொதுவாக, ஒரு போலி ஒப்பந்தம் நன்கு அறியப்பட்ட தயாரிப்பு அல்லது சேவையை கணிசமாகக் குறைக்கப்பட்ட விலையில் வழங்குகிறது. அவற்றின் உண்மையான அணுகலுக்கு முன்பே விஷயங்கள் தெரிவிக்கப்படலாம். உதாரணமாக, மிகச் சமீபத்திய வீடியோ கேம் டெலிவரிக்கு முன் வழங்கப்படலாம், ஆனால் வழக்கமான டீல்களைப் போன்ற விலையில். இந்த தற்போதைய சூழ்நிலையில், "தணிக்க முடியாத

காரணி" என்பது, ஒவ்வொரு தனிமனிதனும் அதைப் பெறுவதற்கு முன்பு, செலவைக் குறைப்பதை விட, வேறு யாரிடமும் இல்லாத ஒன்றைப் பெற வேண்டும் என்ற ஏக்கமாகும். இது ஒரு உண்மையான திட்டமாக இல்லாததால், சந்தேகத்திற்கு இடமின்றி உருப்படி ஒருபோதும் வழங்கப்படாது.

இத்தகைய பரிந்துரையானது, பின்னடைவுக்கான கட்டண அட்டை தகவலைப் பெறுவதற்கான ஃபிஷிங் முயற்சி போன்றது, போலியான வேலை மற்றும் துரதிர்ஷ்டவசமாக நஷ்டத்தைச் செலுத்திய பொருட்களைப் பெற அந்தத் தகவலைச் சேர்க்கும் ஏற்பாடு. கட்டண அட்டை "பயன்படுத்தப்பட்டது."

77. "உதவிக்கான கோரிக்கை" மின்னஞ்சல்

தந்திரத்தின் அமைப்பு

ஒரு பெரிய அளவிற்கு உதவியைக் குறிப்பிடும் மின்னஞ்சல் அனுப்பப்படுகிறது. பொருட்படுத்தாமல், இந்த பரிசுக்கு ஒரு விருது சேர்க்கப்பட்டுள்ளது, இது அதே போல் "பிடிப்பு" ஆகும். பரிசு ஒரு குறிப்பிடத்தக்க தொகையாக இருக்கலாம், ஒரு அதிர்ஷ்டம் அல்லது ஒரு அசாதாரண பொருளாக இருக்கலாம்.

78. வணிக மின்னஞ்சல் சமரசம்

வணிக மின்னஞ்சல் சமரசம் என்பது மின்னஞ்சல் அச்சுறுத்தலின் ஒரு வகுப்பாகும், இதில் வரையறுக்கப்பட்ட தூண்டல் கொண்ட தொழிலாளர்கள், உதாரணமாக, அசோசியேஷன் ஃபைனான்ஸ் பகுதிகளை ஏமாற்றி அல்லது

ரான்சம்வேர்ஜ வழங்குவதில் ஏமாற்றப்படுகிறார்கள்.

முன்கூட்டியே கட்டணம் வசூலிப்பதற்கான தந்திரம்: இந்த வகையான மோசடியிலிருந்து சிறிய புறப்பாடு பொதுவாக லெட்டர் மோசடி, வங்கி மோசடி அல்லது பண சலுகை என்று அழைக்கப்படுகிறது.

79. அரசிடமிருந்து மின்னஞ்சல்

அரசிடமிருந்து மின்னஞ்சல் அல்லது அரசபிரிவிடமிருந்து உளவியல் அடக்குமுறை மற்றும் பணவியல் தவறுகள் பிரிவின் "அதிகாரப்பூர்வ கோரிக்கை" எனக் கூறி, அனைத்து பயனாளிகளின் பெயர்களையும் கொண்ட மரபு உறுதிப்படுத்தல் அல்லது மோசடி.

மின்னஞ்சல் தந்திரம் பல நேரங்களில், எதிர்பார்க்கப்படும் விபத்துக்குள்ளானவரின் பெயர் அல்லது மின்னஞ்சல் முகவரி சந்தைப்படுத்தல் நிறுவனத்தால் ஆதரிக்கப்படும் சீரற்ற கணினி கணக்கெடுப்பின் மூலம்

தேர்ந்தெடுக்கப்பட்டது என்று தெரிவிக்கப்படுகிறது. அவர்களின் பரிசுகளை உறுதிசெய்ய, அவர்களின் பதிவு நுணுக்கங்கள் மற்றும் பிற தனிப்பட்ட தகவல்களை வழங்க பின்னடைவு நெருக்கமாக உள்ளது. பாதிக்கப்பட்டவர் மானியப் பிரிவையோ அல்லது வழக்கு நிபுணரையோ தொடர்பு கொள்ள அறிவுறுத்தப்படுகிறது.

80.
பணியமர்த்தப்பட்ட கொலையாளி

ஒரு நபரைக் கொல்லப் போவதாக அவரின் நெருங்கிய உறவினருக்கு பணியமர்த்தப்பட்ட கொலையாளி நபரிடமிருந்து ஈமெயில் அனுப்பப்படும், அந்த நபர் கொலையாகமலிருக்க ஒரு பெரிய அளவிலான தொகை கோரப்படும், மேலும் இதனை பற்றி உள்ளூர் காவல்துறைக்கோ அல்லது வேறுயாருக்கும் தெரிவித்தால் இந்த திட்டம் செயல்படுத்தப்படும் என்ற எச்சரிக்கையுடன் அந்த

ஈமெயில் வந்தடையும், இது வேண்டுமென்றே தவறாகக் காட்டப்படுவதைக் காட்டிலும் ஒரு வகையான அச்சுறுத்தலாகும், ஆனால் சில சமயங்களில் எச்சரிக்கை கோரிய நபரைக் கொன்றதற்கு ஈடாக பாதிக்கப்பட்டவருக்கு ஆயுதம் ஏந்தியதற்கு இழப்பீடு வழங்கப்படலாம்.

ஊகத் திட்டங்கள்: சாகசங்களைப் பற்றிய செய்திகள், அடிப்படையில் வெறுமனே அதிக வேகத்தில் திரும்ப திரும்ப நம்மை வந்தடையும், இதனை மூன்றாம் நபர் முகத்தையும், அறிமுகமில்லாத வங்கியையும் மோசடி நபர்கள் தேர்தெடுப்பர்

81. மின்னணு டேட்டிங் தளப் பக்க கருத்து மோசடி

வழக்கமாக இந்த மோசடி ஒரு மின்னணு டேட்டிங் தளப் பக்கத்தைத் தொடங்கி, சிறிது நேரத்தில் ஒரு வகைப்படுத்தப்பட்ட மின்னஞ்சல், ஆன்லைன் உரையாடல் சேனல் அல்லது மெய்நிகர்

திசைதிருப்பல் தளத்திற்குச் செல்லும். இந்த கட்டுமானத்தின் கீழ், மோசடி செய்பவர்கள் ஆண்கள் அல்லது பெண்களை கற்பனை செய்து பார்க்கிறார்கள் ஆன்லைன் தளப் பக்கத்தை உருவாக்குகிறார்கள், சிறிது நேரம் கழித்து, அவர்கள் தங்கள் பின்னடைவை பணத்திற்காக கேட்கிறார்கள். அவர்கள் தாக்கப்பட்டதாலோ அல்லது காயம்பட்டதாலோ, அவர்கள் பணத்தை அல்லது அவர்களது சொத்துக்கள் இழந்துவிட்டதால், அவர்கள் நாட்டை விட்டு வெளியேறி, பாதிக்கப்பட்ட நாட்டிற்குச் செல்ல வேண்டும் என்பதற்காக பணம் தேவை என்று அவர்கள் கேட்கின்றனர்.

82. டேட்டிங் மிரட்டி பணம் பறிக்கும் மோசடி

ஒரு தனி நபரின் தனிப்பட்ட உரையாடல்கள் திருடப்பட்டு, அவர்களின் உரையாடல்கள் இணையத்தில் பரப்பப்படாமலிருக்க வேண்டுமென்றால் பணம் செலுத்தும்படி

கூறப்படுகிறார், மேலும் அவரின் பெயர் பொதுவெளியில் வெளியிடப்படாமலிருக்க பணம் செலுத்தியவுடன் பதிவுகள் உண்மையாகவே எடுக்கப்படும் என்றும் கூறி மிரட்டப்படுகிறார்.

83. ஆன்லைன் நிபுணர்களின் பட்டியல்

உயர் சந்தா கட்டணத்துடன் தரமற்ற அட்டவணைக்கு இலவச உறுப்பினர்களை வழங்குகிறது.

84. பாஸிங் சப்போர்ட் மோசடி

தனிநபருக்கு இணையத்தில் இருந்து அங்கீகார செய்தி கிடைக்கும். தொடர்புடைய உறவினர்களைக் கண்டறியவும். அவர்களின் செய்திகளைக் கவனியுங்கள். மரணத்தின்

விளிம்பில் இருக்கும் மற்றொரு உறவினரின் கற்பனையான கணக்கை அவர்களுக்கு நினைவூட்டுங்கள், இது பிரத்தியேகமாக தெளிவற்ற மொழியில் சொல்லப்பட்டது. இது மகேலவி என்ற தலைப்புடன் மின்னஞ்சலில் இருந்து இலவச மின்னஞ்சல் குறிச்சொல்லுடன் இணைக்கப்படலாம்.

85. போலி திருமண அமைப்பு

அவர்கள் உண்மையில் செய்திகளைப் புரிந்துகொள்வது அல்லது உண்மையான பெண்களுடன் தொடர்புகொள்வது இல்லை, ஆனால் அவர்கள் ஒரு விளக்கம் அல்லது திருமண நிறுவனம் எனக் கூறி டேட்டிங் தளங்களில் செய்திகளையும் போலி சுயவிவரங்களையும் உருவாக்குகிறார்கள். அவர்கள் மற்ற இணையதளங்களில் இருந்து உண்மையான நபர்களின் படங்களைப் பயன்படுத்தலாம். அவர்கள் பொதுவாக பெண்களைத் தேடும் தெரியாத ஆண்களை குறிவைக்கின்றனர்.

பாதிக்கப்பட்டவர் வரும்போது, விளக்கங்கள், தொலைபேசி அழைப்புகள், வீடியோ அழைப்புகள் மற்றும் நிறுவனக் கட்டணங்கள் போன்ற கடிதச் செலவுகளைக் கேட்கிறார்கள். பெண்களுக்கு மேட்ச்மேக்கிங் நிறுவனங்களை வழங்குவதற்கு மாறாக, அவை பிரதிபலிக்கின்றன. ஒரு ஆணோ பெண்ணோ தங்கள் ஆளுமையை பயன்படுத்தும் போது உண்மையான பெண்கள் கவனிக்கவே மாட்டார்கள்.

86. ரகசிய வாடிக்கையாளர்

வேலை தேடுபவர்களுக்கான இணையதளத்தில் விபத்துக்குள்ளானவரின் விண்ணப்பத்தை இடுகையிட்டதைத் தொடர்ந்து மின்னஞ்சல் மூலம் ரகசிய வாடிக்கையாளராக செயல்படுமாறு எதிர்பார்க்கப்படுகிறது. ஒரு போலி காசோலை மூலம் ஈர்க்கப்பட்டவுடன், பாதிக்கப்பட்டவருக்கு ஒரு ரகசிய வாடிக்கையாளராக நிரப்ப அறிவுறுத்தல்கள் மற்றும் கட்டமைப்புகள் வழங்கப்படுகின்றன. விதிகள் பொதுவாக

விரிவான முறையில் அருகில் உள்ள வங்கிகளில் இரண்டு சிறிய வர்த்தகங்களைச் செய்து, அவர்களின் அனுபவத்தைப் பதிவுசெய்து சக்தி வாய்ந்த வடிவமைப்பைக் கொடுக்கின்றன. அனுபவத்தை மதிப்பிடுவதற்கான கோரிக்கையுடன் குறிப்பிடத்தக்க வயர் நகர்வைச் செய்வதற்கான அறிவுரை உலகளவில் பாதிக்கப்பட்டது. பதிவுசெய்யப்பட்ட முயற்சிகளை நிறைவேற்ற, ஒரு குழப்பமான பின்னடைவின் பணம் தொடர்பான அடித்தளத்தில் ஒரு போலி காசோலை பணம் பெறப்படுகிறது.

87. டிராஃபிக் டிக்கெட் ஸ்பேம்

ஒருவருக்கு டிராஃபிக் டிக்கெட் வழங்கப்பட்டதாக போலியான செய்திகளை மின்னஞ்சல் முகவரி மூலம் ஸ்பேம்லிருந்து அனுப்பப்பட்டு அந்த டிக்கெட் செலுத்த தவறினால் பெரிய விளைவை சந்திக்க வேண்டியருக்கும் என கூறி வயர் ட்ரான்ஸ்பர் மூலம் பணம் செலுத்த சொல்லும், நாமும் பயந்து அந்த பணத்தை கட்டிவிடுவோம்

88. வாய்மொழி

இந்த வகையான மின்னஞ்சல் ஸ்பேம் ஒரு குழப்பமான நபர் பெறுநரைப் பற்றி தனிப்பட்ட முறையில் இடுகையிட்டதையும், செய்தியைப் பார்க்க அவர் பணம் செலுத்துவார் என்பதையும் உறுதிப்படுத்துகிறது.

89. பணி இடுகையிடும் மோசடி

இணையத்தைப் பயன்படுத்தும் எந்தப் பணியிடத்தின் மூலமாகவும் ஒரு வேலைக்காக ஒரு மோசடி பொருந்தும். விண்ணப்பத்தைக் கண்டுபிடித்து, மோசடியை ஒரு உண்மையான பணி இடுகையிடும் அமைப்பாகப் பராமரிக்கும் மின்னஞ்சலை அனுப்புகிறார். நிலையைத் தொடர்வதன் மூலம் சங்கத்தில் தட்டுவது இழப்பு இலவசம். சங்கத்தில் தட்டுவதன் மூலம்,

பின்னடைவின் விண்ணப்பத்தில் திறன்கள் மற்றும் அனுபவத்திற்காக செய்யப்பட்ட பணிப் பொறுப்புகளின் ஒரு கூட்டத்திற்கு இழப்பை எடுத்துச் செல்கிறது, மேலும் பெரிய ஊதியத்தை வழங்குகிறது, மேலும் பதவியைத் தொடர இங்கே கிளிக் செய்யவும் அவர்களை அழைக்கிறது. பின்னடைவு அந்த விண்ணப்பிக்கவும் கூட்டாளியைத் தட்டும்போது, அவர்கள் அடிப்படை வணிக அமைப்புத் தகவலைக் கோரும் விண்ணப்பிக்கவும் கட்டமைப்பிற்கு அழைத்துச் செல்லப்படுகிறார்கள், இழப்பு நிர்வாகம் ஓய்வூதிய எண், பிறந்த தேதி, வங்கி பெயர் மற்றும் பதிவு எண் ஆகியவற்றை ஆதரிக்கிறது. அவர்களின் உறவினர் குறிப்பு, காசோலை மற்றும் பிற ஆவணங்கள் வைத்திருக்க வேண்டும். எந்தவொரு ஆன்லைன் வங்கியிலும் வங்கிக் கணக்கைத் திறக்க, பாதிக்கப்பட்டவரின் கிரெடிட்டைப் பயன்படுத்தி ஆன்லைன் தயாரிப்புகளை வாங்க மற்றும் அந்தத் தயாரிப்புகளை துணைக்கருவிகளுக்கு அனுப்ப, மோசடிஇந்தத் தகவலைப் பயன்படுத்தலாம். மிரட்டலில் பங்கு பெற்றனர்.

90. பேபால் மோசடி

தனிப்பட்ட நபரின் பதிவில் குறிப்பிடப்படும் பகுதி செய்யப்பட்டிருப்பதை உறுதிசெய்யும் அண்டர்ஹேண்டட் செய்திகள், இருப்பினும் இழப்பு அவர்/அவள் முன்மொழிந்த விஷயத்தை தனிநபர்களின் முகவரிக்கு அனுப்பியவுடன் கையாள்வது. வெளிநாட்டில் உள்ள தனிநபர்களுக்கு பொருட்களை வழங்குவதில் இந்த விலகல் மிகவும் பொதுவானது.

மின்னஞ்சல் மூலம் பணம் பறிப்பதைத் தவிர்த்தல் மின்னஞ்சலில் அடிக்கடி வலைப் பிழைகள் இருப்பதால், மின்னஞ்சலைத் திறப்பது முகவரி உண்மையானது என்பதை பெறுநருக்கு தெரிவிக்கலாம். எப்போதாவது, ஒரு மின்னஞ்சலை ஸ்பேமாக பிரதிநிதித்துவப்படுத்தும் போது இதேபோல் நிகழலாம்: மதிப்பாய்வுக்கு அனுப்பப்பட்டு திறந்தால், பெறுநர் மின்னஞ்சலைத் திறந்தது போல் அனுப்புநருக்குத் தெரிவிக்கப்படும்.

91. மருந்தாக்கம்

ஃபார்மிங் என்பது ஒரு சைபர் அட்டாக் ஆகும், இது ஒரு தளத்தில் தொடங்கும் போக்குவரத்தை பின்வருவனவற்றிற்குத் திசைதிருப்பும் நோக்கம் கொண்டது, இது பிசியில் ஒரு தீங்கு விளைவிக்கும் நிரலை வழங்குவதன் மூலம் போலியான தளம் ஆகும். டிஎன்எஸ் சர்வர் நிரலாக்கத்தில் குறைபாடு. டிஎன்எஸ் சேவையகங்கள் என்பது இணையப் பெயர்களை அவற்றின் உண்மையான ஐபி முகவரிகளுக்குக் கட்டமைக்க வேண்டிய கணினிகள் ஆகும். சமரசம் செய்யப்பட்ட டிஎன்எஸ் சேவையகங்களை விவரிக்க பாதிக்கப்பட்ட நேரங்களில் பயன்படுத்தப்படுகிறது. பார்மிங்கிற்கு கார்ப்பரேட் பிசினஸ் சர்வரைக் காட்டிலும் கிளையண்டின் ஹோம் பிசியை மாற்றுவது போன்ற கணினியில் நம்பத்தகாத அனுமதி தேவைப்படுகிறது.

92. நியோலாஜிசம்

வளர்ச்சி மற்றும் மீன்பிடித்தல் என்ற சொற்களைக் கருத்தில் கொண்டு ஒரு நியோலாஜிசம் ஆகும். ஃபிஷிங் என்பது பயனர்பெயர்கள் மற்றும் கடவுச்சொற்கள் போன்ற அணுகலுக்கான நற்சான்றிதழ்களைத் திருடப் பயன்படுத்தப்படும் நட்பு வடிவமைப்பு தாக்குதல் ஆகும். சமீபத்தில், ஃபிஷிங் மற்றும் ஃபிஷிங் ஆகிய இரண்டும் ஆன்லைன் தள்ளுபடியை தவறாகப் பிரதிநிதித்துவப்படுத்துவதற்கான தகவலைப் பெற பயன்படுத்தப்படுகின்றன. ஆன்லைன் வங்கி மற்றும் வணிக தளங்களை வழங்கும் வணிகங்களுக்கு பார்மிங் ஒரு முக்கிய கவலையாக உள்ளது. பார்மிங்கின் எதிரி என்று அழைக்கப்படும் தற்போதைய மதிப்பீடுகள் இந்த தீவிர அச்சுறுத்தலுக்கு எதிராக பாதுகாக்கும் என்று எதிர்பார்க்கப்படுகிறது. வைரஸ் தடுப்பு நிரலாக்கம் மற்றும் ஸ்பைவேர் அகற்றும் நிரலாக்கமானது மருந்துக்கு எதிராக பாதுகாக்க முடியாது.

வீடு மற்றும் வேலையில் மருந்தாக்கல் பலவீனம் என்பது, அதிக எண்ணிக்கையிலான நம்பகமான மையங்கள் மற்றும் பெயர் வினவல்களுக்கு

இடையே உள்ள வேறுபாடுகளின் காரணமாக, இணையத்தின் இலைகளுக்கு அருகில் கொடுக்கல் மற்றும் வாங்குதலின் பலவீனமான மதிப்பெண்களுடன், தீங்கு விளைவிக்கும் பகுதியின் பெயர் இலக்கு ஏற்படலாம். எடுத்துக்காட்டாக, தீம்பொருள் அதன் சொந்த உள்ளூர் பெயரைப் பயன்படுத்தி ஐபி முகவரி திட்டமிடலுக்கான பெயர் வினவலைத் தவிர்க்க கணினியின் ஹோஸ்ட் ஆவணத்தில் தவறான பத்திகளை அடிக்கடி பயன்படுத்துகிறது. மேம்படுத்தப்படும் போது, ஒரு முக்கியமான தளத்திற்கான சான்றளிக்கப்பட்ட கோரிக்கையானது கிளையண்டை கீழ் கை நகலிற்கு அழைத்துச் செல்லும். பெரும்பாலான இணைய சேவையகங்களைக் காட்டிலும் குறைவான அதிர்ஷ்ட நிர்வாகத்தைப் பெறுவதால், பணிநிலையங்கள் மற்றும் தனிப்பட்ட கணினிகள் போன்ற தனிப்பட்ட கணினிகள் ஃபிஷிங்கிற்கான சிறந்த இலக்குகளாக உள்ளன.

அறிக்கை தாக்குதல்களைக் காட்டிலும் மிகவும் அவசியமான கவலையானது, உள்ளூர் அமைப்பு மாறுதலின் சில நடுநிலைகளைக் கண்டறிந்துள்ளது. கிளையன்ட்கள் சங்கத்தில்

சேரும்போது பெரும்பாலான சுவிட்சுகள் டிஎன்எஸ் இல் நம்பகமானதாகக் காட்டப்படுவதால், இங்குள்ள தவறான தகவல்கள் முழு எல்ஏஎன்க்கான பயணத்தில் ஈடுபடலாம். ஆவண மாற்றங்களுக்கு மாறாக, அருகிலுள்ள சுவிட்ச் சமரசத்தை அடையாளம் காண்பது கடினம். சுவிட்சுகள் தவறான டிஎன்எஸ் தரவை அனுப்ப இரண்டு வழிகள் உள்ளன: ஏற்கனவே உள்ள அமைப்புகளின் தவறான உள்ளமைவு அல்லது உட்பொதிக்கப்பட்ட நிரலாக்கத்தின் மார்க் டவுன் மாற்றம் (ஃபர்ம்வேர் என்றும் அழைக்கப்படுகிறது). பல்வேறு மாற்றங்கள், ஒரு அப்ஸ்ட்ரீம் மையத்தால் (எ.கா., ஒரு ஐஎஸ்பி) முன்மொழியப்பட்ட ஒரு குறிப்பிட்ட, ஏற்றுக்கொள்ளப்பட்ட டிஎன்எஸ் ஐத் தீர்மானிக்க தலைவருக்கு உரிமம் வழங்குகின்றன. தாக்குபவர் உண்மையான சேவையகத்திற்குப் பதிலாக டிஎன்எஸ் சேவையகத்தைக் காட்டலாம். இதன் விளைவாக வரும் அனைத்து நோக்கங்களும் பயங்கரமான சேவையகத்தின் வழியாக செல்லும்.

இருப்பினும், பல சுவிட்சுகள் அவற்றின் ஃபார்ம்வேரை மாற்றும் திறனைக்

கொண்டுள்ளன, இது சாதனத்தின் மிகவும் சிக்கலான நிர்வாகங்களை இயக்கும் உள் மென்பொருள் என்றும் அழைக்கப்படுகிறது. கணினிகளில் உள்ள தீம்பொருளைப் போலவே, ஒரு ஃபார்ம்வேர் மாற்றீடு உணர மிகவும் கடினமாக இருக்கும். ஒரு இரகசியத் தொடக்கமானது தயாரிப்பாளரின் ஃபார்ம்வேரைப் போலவே நிறைய வேலை செய்யும்; தலைப் பக்கம் கடந்த காலத்தைப் போலவே செல்கிறது மற்றும் அமைப்புகள் சரியாக இருப்பதாகத் தோன்றும். பின்னணியில். தீங்கு விளைவிக்கும் ஃபார்ம்வேரை அடுக்கி வைக்கக்கூடிய பல தாக்குதல்களில் பார்மிங் ஒன்றாகும்; டிராஃபிக் லாக்கிங், டைனமிக் மேன் இன் தி மிடில் அட்டாக்ஸ் மற்றும் ஸ்னூப்பிங் போன்றவை சில. உள்ளமைவுப் பிழையைப் போலவே, முழு எல்ஏஎன் இந்தச் செயல்பாடுகளைச் சார்ந்தது.

வேறு எந்த நபரின் உதவியும் இல்லாமல், இந்த மருந்தியல் நுட்பங்கள் வெறுமனே கல்வி ஆர்வத்திற்குரியவை. எந்தவொரு சந்தர்ப்பத்திலும், வாங்குபவர் தர தொலைநிலை

சுவிட்சுகளின் தவிர்க்க முடியாதது ஒரு முக்கியமான குறைபாட்டை அளிக்கிறது. இந்த முரண்பாடுகளின் மகத்தான பகுதியின் மீது உறுதியான அணுகல் ஓரளவு திறந்திருக்கும். கூடுதலாக, நிர்வாக கடவுச்சொற்கள் பொதுவாக மாற்றப்படாது, ஏனெனில் இந்த சுவிட்சுகள் அவற்றின் இயல்புநிலை அமைப்புகளுடன் அடிக்கடி செயல்படுகின்றன. பெரும்பாலான நுகர்வோர் தர சுவிட்சுகள், அவை மாற்றப்பட்டதா என்பதைப் பொருட்படுத்தாமல், தவறான உள்நுழைவு முயற்சிகளுக்கு நேர அபராதம் வழங்குவதில்லை, எனவே பல வார்த்தை குறிப்பு தாக்குதல்களால் விரைவாக மறுபரிசீலனை செய்யப்படுகின்றன. முறையான அணுகல் கிடைக்கும் போது, ஃபார்ம்வேர் உட்பட சுவிட்சின் அனைத்து அமைப்புகளையும் மாற்றலாம். இந்த தாக்குதல்களை அடையாளம் காண்பது கடினம், ஏனெனில் அவை வீடு அல்லது சிறிய அலுவலகம் மற்றும் இணையத்திற்கு வெளியே நடைபெறுகின்றன.

93. குறிப்பிட்ட உதவி மோசடி

இந்த மோசடி மூலம், உங்கள் பிசி கறைபடிந்திருப்பதைக் காட்டும் அழைப்பு, மின்னஞ்சல் அல்லது ஸ்பிரிங் அப் எச்சரிக்கையைப் பெறுவீர்கள். பின்னர், மிரட்டி பணம் பறிப்பவர் தொலைவில் இருந்து உங்கள் கணினியைக் கட்டுப்படுத்தவும், உண்மையான தொற்றுநோயைப் பதிவிறக்கவும் அல்லது ஏதோ தவறு இருப்பதாக நம்பவைக்கவும் உதவும் ஒரு நிரலைப் பதிவிறக்கும்படி கேட்கிறது. ஒரு கட்டணத்தில் சிக்கலை சரிசெய்ய முடியும் என்று அது கூறுகிறது. பட்டியல் உருப்படிகள் மூலம் உங்களைத் தொடர்புகொள்வதற்கான மற்றொரு வழி: சிறப்பு உதவி தங்கள் இலக்குகளை மின்னணு கேள்வி விஷயங்களில் காண்பிக்க முயற்சி செய்கிறார்கள் அல்லது அவர்கள் தங்கள் சொந்த முன்னேற்றங்களைச் செய்கிறார்கள். இந்த மோசடி நபர்கள்நீங்கள் வங்கி கம்பி, பரிசு வவுச்சர் அல்லது பணம் நகர்த்தும் செயலியைப்

பயன்படுத்தி பணம் செலுத்துமாறு கோருகின்றனர்.

94. ஸ்மிஷிங்

ஸ்மிஷிங் என்பது ஒரு சமூக திட்டமிடல் தாக்குதலாகும், இது மால்வேரைப் பதிவிறக்குவது, பலவீனமான தகவல்களைப் பகிர்வது அல்லது சைபர் கிரைமினல்களுக்கு பணம் அனுப்புவது போன்றவற்றில் மக்களை ஏமாற்றுவதற்காக போலியான சிறிய உரைகளைப் பயன்படுத்துகிறது. ஸ்மிஷிங் என்பது ஃபிஷிங் மற்றும் குறுகிய செய்தி நிர்வாகம் என்ற வார்த்தைகளின் கலவையாகும், இது உடனடி செய்திகளுக்குப் பின்னால் உள்ள தொழில்நுட்பமாகும். ஸ்மிஷிங் என்பது ஒரு வகையான சைபர் கிரைம், இது எப்போதும் நன்கு அறியப்பட்டதாக இருக்கும்.

ஸ்மிஷிங்கின் எழுச்சி சில கூடுதல் காரணிகளால் உதவியது. சில சமயங்களில் ஸ்மிஷர்ஸ் என்று குறிப்பிடப்படும் இந்தத் தாக்குதல்களை நடத்தும் புரோகிராமர்கள், மற்ற இணைப்புகளை விட,

உடனடி செய்திகளைத் தட்டுவதன் மூலம் உயிரிழப்புகள் அதிகம் என்பதை அறிந்திருக்கிறார்கள். அதே நேரத்தில், ஸ்பேம் சேனல்களின் முன்னேற்றங்கள், பல்வேறு வகையான ஃபிஷிங், எடுத்துக்காட்டாக, செய்திகள் மற்றும் அழைப்புகள், அவற்றின் இலக்குகளைக் காண்பிப்பதை கடினமாக்கியுள்ளன.

அதிக மக்கள் தங்கள் செல்போன்களை வேலையில் பயன்படுத்தத் தூண்டி, சைபர் குற்றவாளிகள் பிரதிநிதிகளின் செல்போன்கள் மூலம் அசோசியேஷன் நெட்வொர்க்குகளைப் பெறுவதை எளிதாக்குகிறது.

மற்ற வகை ஃபிஷிங் தாக்குதல்களைப் போலவே, ஸ்மிஷிங் தாக்குதல்கள் எவ்வாறு செயல்படுகின்றன என்பது போலியான செய்திகள் மற்றும் தீங்கிழைக்கும் இணைப்புகளைப் பயன்படுத்தி, அவர்களின் தொலைபேசிகள், நிதிக் கணக்குகள் அல்லது தனிப்பட்ட தகவல்களை சமரசம் செய்ய மக்களை ஏமாற்றுகிறது. ஃபோன் அழைப்புகள் அல்லது செய்திகளைப்

பயன்படுத்துவதற்குப் பதிலாக, தாக்குபவர்கள் தங்கள் இணையக் குற்றங்களைத் தெரிவிக்கும் பயன்பாடுகள் அல்லது எஸ்எம்எஸ் மூலம் வழிநடத்துகிறார்கள்.

பல காரணிகளால் மோசடி செய்பவர்கள் பல்வேறு வகையான ஃபிஷிங் தாக்குதல்களில் ஏமாற்றுகிறார்கள். ஒருவேளை மிக முக்கியமாக, உடனடி செய்திகளில் சேருவதைத் தட்டுவதன் மூலம் தனிநபர்கள் மகிழ்ச்சியடைகிறார்கள் என்பதை ஆராய்ச்சி நிரூபிக்கிறது.

கூடுதலாக, மோசடி செய்பவர்கள் செய்திகளை மின்னஞ்சல் செய்ய மென்பொருளைப் பயன்படுத்துதல் அல்லது பர்னர் ஃபோன்கள் மூலம் தொலைபேசி எண்களை ஆள்மாறாட்டம் செய்தல் போன்ற நுட்பங்களைப் பயன்படுத்துவதன் மூலம் செய்திகளின் இருப்பை மறைக்கும் திறனைக் கொண்டுள்ளனர். செல்போன்களில் ஆபத்தான தொடர்புகளை அங்கீகரிப்பது இதேபோல் கடினம். எடுத்துக்காட்டாக, ஒரு கணினியில், வாடிக்கையாளர்கள் அது எங்கு செல்கிறது என்பதைப் பார்ப்பதன் மூலம் அசோசியேஷன் மீது மிதக்க முடியும், ஆனால் மொபைல்

ஃபோன்களில், அந்த முடிவு அவர்களிடம் இல்லை. மக்கள் உடனடி செய்திகளில் சுருக்கமான யுஆர்எல்களைப் பெறுவதும், பிராண்டுகள் மற்றும் வங்கிகளை எஸ்எம்எஸ் மூலம் தொடர்புகொள்வதும் பழக்கமாகிவிட்டது.

ஒளிபரப்பு கடிதப் பரிமாற்ற நிறுவனங்கள் பிளெண்ட்/ஷேக்கன் நிகழ்ச்சியை முடிக்க வேண்டும் என்று எதிர்பார்த்தது, இது அழைப்புகளை அங்கீகரிக்கிறது, மேலும் இது இரண்டு கலங்களை தெளிவுபடுத்துகிறது. அச்சுறுத்தல் அல்லது ஸ்பேம். சந்தேகத்திற்கிடமான தொலைபேசி எங்கள் அழைக்கும் போது மோசடி அழைப்புகளை உணர அதை எளிமையாக்கினாலும், அது அடிப்படையில் உரைகளை பாதிக்கவில்லை, பல்வேறு மிரட்டி பணம் பறிப்பவர்கள் தங்கள் கவனத்தை ஸ்மிஷிங் தாக்குதல்களுக்கு நகர்த்த தூண்டியது.

95. உள்நுழைவுச் சான்றுகள் மோசடி

ஒரு நிதி நிறுவனம் என்று பொய்யாகக் கூறி, மோசடி செய்பவர்கள் தங்கள் பதிவுகளில் உள்ள சிக்கலைப் பாதிக்கப்பட்டவரின் வங்கிக்குத் தெரிவித்ததாகக் கூறலாம். பாதிக்கப்பட்டவர் இணைப்பைத் தட்டும்போது, பின்கள், உள்நுழைவுச் சான்றுகள், கடவுச்சொற்கள் மற்றும் நிதி இருப்பு அல்லது விசா தகவல் போன்ற முக்கியமான நிதித் தகவல்களைத் திருடும் போலி இணையதளம் அல்லது பயன்பாட்டிற்கு அழைத்துச் செல்லும்.

மோசடி செய்பவர்கள் போலிஸ், ஐஆர்எஸ் அல்லது அரசாங்கத்தின் மற்ற உறுப்பினர்களாக நடிக்கலாம். இந்த ஸ்மிஷிங் உரைகள் வழக்கமாக அபராதம் செலுத்த அல்லது நிறுவன நன்மையைப் பெற நடவடிக்கை எடுக்க பின்னடைவைக் கோருகின்றன. உதாரணமாக, கொரோனா வைரஸ் தொற்றுநோய்களின் போது, இலவச கொரோனா வைரஸ் சோதனைகள் மற்றும் ஒப்பிடக்கூடிய சேவைகளை வழங்கும் ஸ்மிஷிங் தாக்குதல்கள்

பற்றிய எச்சரிக்கையை வெளியிட்டது. பின்னடைவுகள் தொடர்ந்து இந்த உரைகளில் பங்கேற்கும் போது, மோசடி செய்பவர்கள் தங்கள் அரசாங்க ஓய்வூதிய கூட்டாளி எங்கள் மற்றும் தகவல்களை மிரட்டி பணம் பறிக்க பயன்படுத்தக்கூடிய பல்வேறு தகவல்களை எடுத்துக்கொள்கிறார்கள்.

96. வாடிக்கையாளர் கவனிப்பு மோசடி

தொலைதூர வழங்குநர் பிராண்டுகள் மற்றும் சில்லறை விற்பனையாளர்களில் நம்பகமான வாடிக்கையாளர் பராமரிப்பு நிபுணர்களைப் போல ஆக்கிரமிப்பாளர்கள் நடந்து கொள்கிறார்கள். பெரும்பாலான நேரங்களில், பாதிக்கப்பட்டவரின் பதிவு தவறானது அல்லது பரிசு அல்லது தள்ளுபடி கோரப்படவில்லை என்று கூறுவார்கள். பொதுவாக, இந்தச் செய்திகள் தங்கள் விசா எண்கள் அல்லது வங்கித் தகவலைப் பெறும் போலி தளத்திற்கு இழப்புகளை அனுப்புகின்றன.

ஒரு போக்குவரத்து நிறுவனத்தில் இருந்து வந்ததாகக் காட்டி, இந்த மோசடி செய்திகள் அஞ்சல் உதவியிலிருந்து வந்ததாக உறுதியளிக்கிறது. ஒரு பேக்கேஜை எடுத்துச் செல்வதில் சிக்கல் இருப்பதாக பாதிக்கப்பட்டவருக்குத் தெரிவித்து, சிக்கலைத் தீர்ப்பதற்காக அவர்களது கணக்கில் உள்நுழையுமாறு அல்லது கடத்தல் கட்டணம் செலுத்துமாறு கேட்டுக்கொள்கிறார்கள். வெளிப்படையாக, மோசடி செய்பவர்கள் தப்பிச் செல்வதற்கு முன் தரவைக் கருத்தில் கொள்கிறார்கள். விசேஷ சீசன்களில் நிறைய பேர் ஒப்பந்தங்களுக்காக காத்திருக்கும் போது, இந்த தந்திரங்கள் பொதுவானவை.

97. முதலாளி அல்லது கூட்டாளி கூறுதல் மோசடி

ஒரு வணிகச் செய்தியில் சில நியாயமான சமரசம், எஸ்எம்எஸ் செய்தியைத் தவிர, வணிக

மின்னஞ்சல் சில நியாயமான சமரசம் போன்றது, மென்பொருள் பொறியாளர்கள் ஒரு முதலாளி, குழு அல்லது கூட்டாளி எ.கா., விற்பனைப் பிரதிநிதி, முறையான வழிகாட்டி தேவைப்படுவதைக் குறிப்பிடுகின்றனர். ஒரு அடிப்படை பணிக்கு உதவுங்கள். இந்த மோசடி அடிக்கடி விரைவான நடவடிக்கை தேவை மற்றும் இழப்பு டெவலப்பர்கள் பணம் அனுப்பும் முடிவடைகிறது.

98. சில வேறு ஒருவருக்கு எண்ணை மெசேஜ் செய்வதாக கூறும் மோசடி

மோசடி செய்பவர்கள் குறிப்பிடப்படும் நபரைத் தவிர வேறு ஒருவருக்கு செய்தியை அனுப்புகிறார்கள். இழப்பு மோசடி செய்பவர்களின் குழப்பத்தை சரி செய்யும் போது,

மோசடி செய்பவர்கள் குறிப்பிடப்படும் நபருடன் உரையாடலைத் தொடங்குகிறான். இந்த போலி எண் மோசடி பொதுவாக நீண்ட காலமாக இருக்கும், ஏமாற்றுக்காரர்கள் பல மாதங்கள் அல்லது வருடங்களில் சில முறையாவது அவர்களைத் தொடர்புகொள்வதன் மூலம் பின்னடைவின் கூட்டாண்மை மற்றும் நம்பிக்கையைப் பெற முயற்சிப்பார்கள். குறிப்பிடப்படும் நபருக்கு நேர்மையான சூடான சைகைகளை ஊக்குவிப்பதாக ஸ்கலாவாக் உறுதிப்படுத்த முடியும். சாத்தியமான திறந்த கதவு, கடன் தேவை அல்லது ஒப்பீட்டு கதை போன்ற தவறான முயற்சியின் மூலம் பாதிக்கப்பட்டவரின் பணத்தை திருடுவது இறுதி இலக்கு.

99. காம்ப்ளளக்ஸ் அப்ரூவல் ப்ளாக்மெயில்

காம்ப்ளளக்ஸ் அப்ரூவல் ப்ளாக்மெயில் எனப்படும் ஒரு பதிவிற்கு வெளியே வைக்கப்படுவதாகக் கூறுதல் மோசடியில், இந்த கட்டத்தில்

பின்னடைவின் பயனர்பெயர் மற்றும் ரகசிய வெளிப்பாட்டைக் கொண்ட மென்பொருள் பொறியாளர்கள் காசோலைக் குறியீட்டை எடுக்க முயற்சிக்கின்றனர் அல்லது மர்ம வார்த்தை இழப்பின் பதிவை அடையும் என்று எதிர்பார்க்கப்படுகிறது. டெவலப்பர், இழப்பின் கூட்டாளிகளில் ஒருவராகக் கூறலாம், அவர்களின் சமூக ஊடகத்தின் பதிவில் இருந்து விலக்கி வைக்கப்பட வேண்டும் என்று உறுதியளிக்கலாம், மேலும் பின்னடைவு தங்களுக்குக் குறியீடு கிடைக்கும் என்று கோரலாம். இழப்பு குறியீட்டைப் பெறுகிறது - இது உண்மையிலேயே அவர்களின் சொந்தப் பதிவுக்கானது - மற்றும் அதை டெவலப்பருக்கு வழங்குகிறது.

100. இலவச விண்ணப்பங்களை வழங்குவதாக மோசடி

சில வேடிக்கையான முட்டாள்கள் சான்றளிக்கக்கூடிய பயன்பாடுகளைப் பதிவிறக்குவதில் இழப்புகளைத் தடுக்கிறார்கள் - எ.கா., ரெக்கார்ட் முதலாளிகள், நவீனமயமாக்கப்பட்ட பகுதி பயன்பாடுகள், வைரஸ் தடுப்பு பயன்பாடுகள் கூட - அவை உண்மையிலேயே தீம்பொருள் அல்லது ரான்சம்வேர் ஆகும்.

101. பத்திரங்கள் சிதைவு

பத்திரங்களை சிதைப்பது, பொதுவாக ஸ்டாக் பிளாக்மெயில் மற்றும் கருதுகோள் வற்புறுத்தல் என்று அழைக்கப்படுகிறது, இது பங்கு அல்லது தயாரிப்பு கிராண்ட்ஸ்டாண்டுகளில் உள்ள ஒரு ஆபத்தான நடைமுறையாகும், இது தவறான தகவல்களைப் பரிமாறி முடிவெடுக்க பண ஆதரவாளர்களைத் தூண்டுகிறது. மோசடி அமைப்புகள் பொதுவாக மோசடி செய்பவர்களுக்கு பணம் தொடர்பான ஆதாயத்தை அடைவதற்காக உருவாக்கப்படுகின்றன, மேலும்

பொதுவாகச் சொன்னால், முதலீட்டாளர்களுக்கு அபத்தமான பண நெருக்கடியை அடைகின்றன. அவர்கள் பொதுவாக பாதுகாப்பு வழிகாட்டுதல்களை நிராகரிக்கிறார்கள்.

102. அஷ்யூரன்ஸ் பிளாக்மெயில்

பண ஆதரவாளர்களிடமிருந்து கொள்ளையடிப்பதை முடிவில்லாமல் ஒருங்கிணைக்கிறது, பங்கு தரகர் சிதைப்பது, பங்கு கட்டுப்பாடு, தவறான ஆணைகள் நிதி அறிக்கைகளை நேரடியாக இணைக்கிறது மற்றும் கார்ப்பரேட் கண்காணிப்பாளர்களை ஏமாற்றுகிறது. இந்த வார்த்தையானது பங்கு அல்லது பொருள் பரிமாற்றத்தின் வர்த்தக தளத்தில் உள்ள பல்வேறு செயல்பாடுகளை உள்ளடக்கியது, இதில் உள் வர்த்தகம், முன் ஓட்டம் மற்றும் பிற சட்டவிரோத நடவடிக்கைகள் ஆகியவை அடங்கும்.

103. கார்ப்பரேட் உத்தரவாதங்கள் ஏமாற்று மற்றும் சிதைவு மோசடி

கார்ப்பரேட் மோசமான நடத்தை முக்கியமான அளவிலான கார்ப்பரேட் நிபுணர்களால் தவறாகப் பயன்படுத்தப்படுவது பொது சிந்தனையின் பொருளாக மாறியது. கார்ப்பரேட் மிரட்டி பணம் பறிப்பதற்கு எதிரான ஒரு பலமான திட்டம் பிராம்பிள் அமைப்பால் விவரிக்கப்பட்டது.

104. வலை ஏமாற்று மோசடி

அஷ்யூரன்ஸ் மற்றும் எக்ஸ்சேஞ்ச் கமிஷனில் உள்ள மரணதண்டனை நிபுணர்களின் கூற்றுப்படி, மோசடி செய்பவர்கள் திட்டங்களில் பங்கேற்கிறார்கள், இதில் உரையாடல் சேனல்கள்,

ஒன்றுகூடல்கள், வலைத் தாள்கள் மற்றும் மின்னஞ்சல் ஸ்பேமிங் மூலம் தவறான அல்லது போலியான தகவல்கள் பரவுகின்றன. மெதுவாக வர்த்தகம் செய்யப்படும் பங்குகள் அல்லது சங்கங்களின் பகிர்வுகளில் முடியை உயர்த்தும் செலவு அதிகரிப்பு நேரடி. பல்வேறு சந்தர்ப்பங்களில், மோசடி செய்பவர்கள் ஒரு சங்கத்தைப் பற்றிய தவறான தகவல்களைப் பரப்பி, பண ஆதரவாளரை தங்கள் பிரிவுகளை விற்க தூண்டுகிறார்கள், இதனால் பங்குச் செலவு குறைகிறது.

செலவினம் ஒரு குறிப்பிட்ட மட்டத்தில் காட்டப்படும் போது, குற்றவாளிகள் தங்கள் பிட்களை டம்ப் விரைவாக விற்று, பங்கு மதிப்பு அதன் தரமான குறைந்த நிலைக்குத் திரும்பும் முன் பெரும் அதிகரிப்பை உண்டாக்குகிறது. பங்குகளை வாங்குபவர்கள், சிதைவு பற்றி எதையும் உணராதவர்கள், செலவு குறையும் போது நஷ்டமாகும்.

105. ஸ்கால்பிங்

சேர்க்கப்பட்டுள்ள நிறுவனங்கள் பற்றிய இலவச, பாரபட்சமற்ற தகவல்களை வழங்கும் அல்லது மாதத்தின் பங்குத் தேர்வுகளை முன்மொழியும் ஆன்லைன் முயற்சி வெளியீடுகள். அதன்பிறகு, இந்த துண்டுப்பிரசுர பத்திரிகையாளர்கள் தாங்கள் வாங்கிய பங்குகளை மலிவாக விற்கிறார்கள், அதே நேரத்தில் அதிகமாக வாங்குவது பங்கின் விலையை உயர்த்துகிறது. ஸ்கால்பிங் என்பது இந்தப் பயிற்சியின் பெயர். சமரசம் செய்ய முடியாத சூழ்நிலைகளுக்கு ஒரு துண்டுப்பிரசுரத்தில் உள்ள கட்டுரை போதுமானதாக இருக்காது.

106. இன்சைடர் டி ரேடிங்

உள்ளார் பரிமாற்றம் என்பதை இரண்டு வகைகளாகப் பிரிக்கலாம். பொருட்படுத்தாமல், அதிகாரிகள், முக்கியப் பிரதிநிதிகள், முதலாளிகள்

அல்லது சங்கத்தின் பங்குகளை மிகக் குறைவாக வைத்திருப்பவர்கள் போன்ற கார்ப்பரேட் இன்சைடர்களால் ஆம்பர்கள் அல்லது கார்ப்பரேட் பொருட்களின் பல்வேறு பத்திரங்களின் வர்த்தகம். இது முழுக்க முழுக்க உண்மையானது, இருப்பினும் சில உருப்படியான தேவைகள் உள்ளன.

மற்றொரு வகையான உள் வர்த்தகம், பொது அல்லாத தகவல்களில் பாதுகாப்புக் கண்ணோட்டத்தைப் பரிமாறிக் கொள்ளும். சந்தேகம் இருக்கும்போது இந்த வகையான வர்த்தகம் சட்டவிரோதமானது. சட்டவிரோத உள் வர்த்தகத்தில், ஒரு உள் அல்லது தொடர்புடைய தரப்பினர் அல்லது பொருட்படுத்தாமல் துஷ்பிரயோகம் பற்றிய பொது அல்லாத தகவல்கள் அனைத்தும் நிறுவனத்தில் உள்ளவரின் பொறுப்புகள் மூலம் பெறப்படுகின்றன.

107. மைக்ரோகேப் பங்கு மோசடி

ஒரு மைக்ரோகேப் மோசடியில், மில்லியனுக்கும் குறைவான சந்தை மூலதனத்தைக் கொண்ட சிறிய சங்கங்களின் பிரிவுகள் ஏமாற்றப்படுகின்றன, மேலும் சிறிது நேரம் கழித்து எச்சரிக்கையற்ற பொதுமக்களுக்கு முன்மொழியப்பட்டன. மைக்ரோகேப் மிரட்டி பணம் பறித்தல் என்பது திட்டங்களை உள்ளடக்கியது, அதாவது என்ஜின் பெட்டிகள் மற்றும் வலை தந்திரங்கள் போன்றவை நிதி ஆதரவாளர்களுக்கு ஆண்டுதோறும் பில்லியன் செலவாகும் என மதிப்பிடப்பட்டுள்ளது. தந்திரங்களின் மைக்ரோகேப் பங்குகளில் பெரும்பாலானவை, ஆனால் அவை அனைத்தும் இல்லை, ஒரு பங்குக்கு பென்னிக்கும் குறைவாக வர்த்தகம் செய்யும் பென்னி பங்குகள்.

பல்வேறு பங்குகள், குறிப்பாக ஒரு பைசாவை இறக்கும் பங்குகள் பரிதாபமாக வர்த்தகம் செய்யப்படுகின்றன. அவர்கள் பங்கு ஸ்பான்சர்கள் மற்றும் கையாளுபவர்களின் மையப் புள்ளிகளாக மாறலாம். இந்த கட்டுப்பாட்டாளர்கள் முதலில் பங்குகளின் பிரமாண்டமான நடவடிக்கைகளை வாங்குகிறார்கள், சிறிது நேரம் கழித்து போலியான மற்றும் தவறான உறுதியான அறிவிப்புகள் மூலம்

பங்குச் செலவை தவறாக வெடிக்கச் செய்கின்றனர். தந்திரத்தின் மிகவும் சிக்கலான பதிப்புகளில், தனிநபர்கள் அல்லது வணிகங்கள் நிறைய சலுகைகளை வாங்குகின்றன, பின்னர் துண்டுப்பிரசுர வலைத்தளங்கள், விவாத சேனல்கள், பங்குச் செய்தித் தாள்கள், பொது அறிக்கைகள் அல்லது மின்னஞ்சல் தாக்கங்களைப் பயன்படுத்தி பங்குகளில் மக்கள் ஆர்வமாக உள்ளனர். பெரும்பாலான சந்தர்ப்பங்களில், திருடன், வரவிருக்கும் செய்திகளைப் பற்றிய உள்ளே தகவல்களை வைத்திருப்பது போல் பாசாங்கு செய்து, பங்குகளை வாங்குவதற்கு மயக்கமடைந்த நிதி ஆதரவாளரை விரைவாக வற்புறுத்துவார். வாங்கும் அழுத்தம் ஒரு பங்கின் செலவை அதிகரிக்கும் அதே வேளையில், ஏற்றம் அதிகமான மக்களை முன்னேற்றத்தை நம்பி பங்குகளை வாங்க தூண்டுகிறது. அவர்கள் தங்கள் சொத்துக்களை விற்கும்போது, சிஃபோன் செய்யும் நிர்வாகிகள் இறுதியில் இறக்கும் ஆகிறார்கள். இணையம் மற்றும் தனிப்பட்ட சிறப்பு சாதனங்களின் வளர்ந்து வரும் பயன்பாடு பென்னி ஸ்டாக் தந்திரங்களை எளிதாக்கியுள்ளது;

இருப்பினும், இது முக்கிய நபர்களை நிர்வாக மேற்பார்வை வட்டத்திற்குள் கொண்டு வந்துள்ளது. இது ஒரு மோசடி அல்ல என்றாலும், ராப்பர் பென்னி ட்விட்டரைப் பயன்படுத்தி ஒரு பென்னி பங்கின் விலையை வியத்தகு முறையில் உயர்த்தியது ஒரு சிறந்த எடுத்துக்காட்டு. பென்னி சமீபத்தில் நிறுவனத்தின் மில்லியன் பகுதிகளில் மில்லியன் முதலீடு செய்தார். உண்மையான முன்னேற்றம் மற்றும் கவிதை மிகைப்படுத்தல் ஆகியவற்றுக்கு இடையேயான ஒரு செயலின் மற்றொரு எடுத்துக்காட்டு. எப்போதும் சிறந்த பங்கு முன்னேற்றம் என்று சித்தரிக்கப்பட்ட ஆனால் ஒருவேளை மிகைப்படுத்தப்பட்ட லித்தியம் பரீட்சை ஒன்றுகூடலின் வணிகப் பகுதியின் மூலதனம் ஒரு பரந்த வழக்கமான அஞ்சல் அஞ்சல் பிரச்சாரத்திற்குப் பிறகு மில்லியனுக்கும் மேலாக உயர்ந்தது. இந்த முன்னேற்றம் லித்தியம் உருவாக்கம் மற்றும் பயன்பாட்டில் நியாயமான முன்னேற்றத்தை ஈர்த்துள்ளது, அதே நேரத்தில் துறையில் லித்தியம் பரிசோதனை மூட்டைகளில் என்ன நடக்கிறது என்பதை அறிவிக்கிறது.

பென்னி பங்குச் நிறுவனங்கள் பெரும்பாலும் குறைந்த பணப்புழக்கத்தைக் கொண்டுள்ளன. வாங்கும் அழுத்தம் தணிந்து மேலாளர்கள் தப்பித்த பிறகு, பண உதவியாளர்கள் தங்கள் பதவிகளை விற்பது கடினமாக இருக்கும்.

கணக்கு வைத்திருப்பவர்களால் மிரட்டி பணம் பறித்தல் மற்றும் தவறான பிரதிநிதித்துவம் கூடுதல் தகவல்: கணக்கியல் அவமானங்கள்

எப்படியும் பொதுவாக தொடர்புடைய கணக்கியல் அவமானங்களின் எழுச்சி அனைத்து முக்கியமான திறந்த கணக்கியல் நிறுவனங்களையும் தாக்கியது. அவர்கள் தங்கள் வாடிக்கையாளர் நிறுவனங்களின் நிதி நிலைகளை ஏமாற்றி, தங்கள் நிறுவன வாடிக்கையாளர்களளால் தவறான பட்ஜெட் சுருக்கங்களை விநியோகிப்பதைக் கண்டறிந்து தடுப்பதில் கவனக்குறைவாக இருப்பதாக குற்றம் சாட்டப்பட்டது. இந்த ஏமாற்றத்தின் மூலம் எவ்வளவு பணம் ஈட்டப்பட்டது என்பது சந்தேகத்தின் பேரில் பில்லியன் அமெரிக்க டாலர்கள் ஆகும்.

108. பாட் ஹவுஸ் மோசடி

மோட்டார் பெட்டிகள் அல்லது பாட் ஹவுஸ்கள் பொதுவாக பங்கு பிரதிநிதிகள் ஆகும், அவர்கள் மைக்ரோகேப் வற்புறுத்தல் திட்டங்களைப் பின்பற்றி டெலிசேல்களைப் பயன்படுத்தி வர்த்தகம் செய்ய வாடிக்கையாளர்களுக்கு அதிக அழுத்தத்தை அளிக்கின்றனர்.

என்ஜின் பெட்டிகளில் வாடிக்கையாளர்களுக்கு நேர்மையயற்ற சலுகைகள் வழங்கப்படுகின்றன. சில 'மோட்டார் பெட்டிகள்' எப்படியும் அங்கீகரிக்கப்படாத, அங்கீகரிக்கப்பட்ட அல்லது உரிமம் பெறாத வணிக நிறுவனத்தின் 'டைட் நிபுணர்களாக' இருக்கலாம். மைக்ரோகேப் பங்குகள், இல்லாத அல்லது சிக்கலில் உள்ள பங்குகள் மற்றும் வெளியிடப்படாத மார்க்அப்பில் இடைத்தரகர்கள் மூலம் வழங்கப்படும் பங்கு ஆகியவை என்ஜின் பெட்டிகளில் விற்கப்படும் பாதுகாப்புகளுக்கு எடுத்துக்காட்டுகள். மற்ற பாதுகாப்புகளில் ரகசிய சூழ்நிலைகள் மற்றும் பொருட்கள் அடங்கும்.

109. குறுகிய விற்பனையில் அடிப்படைகள் தவறாகக் கையாளப்படுகின்றன

இரண்டு வகையான வெளிப்படுத்தப்படாத குறுகிய விற்பனை உட்பட, சட்டவிரோத குறுகிய ஏற்பாடுகள், பங்குச் செலவுகளைக் குறைக்கும் என்பதால், பத்திரங்களின் வற்புறுத்தலாகக் கருதப்படுகின்றன. பங்குகளைப் பற்றிய தவறான தகவல்களைப் பரப்பும் நடைமுறையானது "குறுக்குதல் மற்றும் வளைத்தல்" என்று குறிப்பிடப்படுகிறது, மேலும் இது சட்டவிரோதமான நீக்கப்பட்ட குறுகிய ஒப்பந்தத்தில் மேற்கொள்ளப்படுகிறது

110. ஏமாற்று உறுதி

ஊகச் சாதனங்களுடன் வணிகம் மிகவும் நுட்பமானதாக இருப்பதால், மிரட்டி பணம் பறிப்பதில் இருந்து பாதுகாப்புகள் சிறப்பாக வருகின்றன. அதேபோல், தொழிலாள வர்க்க குற்றவாளிகள் தங்கள் சிதைவின் அளவை விரிவுபடுத்தி, புதிய வணிகப் பகுதிகள், புதிய பண ஆதரவாளர்கள் மற்றும் வங்கியின் இரகசிய தங்குமிடங்களை முன்னேற்றத்திற்கு அழைக்கப்படாத மாறுவேடத்தைத் தேடுகின்றனர்.

மோசடி மக்கள் சில வகையான பங்குகளையும் மில்லியன் மக்கள் பத்திரங்களையும் வைத்திருந்தனர். மோசடி செய்பவர்களின் புத்திசாலித்தனம், அனைத்து வளங்கள் மற்றும் வரி ஏய்ப்பு, அத்துடன் பல மோசடி செய்பவர்கள் அதிகமாக செலவு செய்பவர்கள் போன்றவற்றின் காரணமாக, பாதுகாப்பு மிரட்டி பணம் பறிப்பதன் மூலம் கிடைக்கும் வருமானத்திலிருந்து வளங்களை மீட்பது, சொத்து குவிப்பு மற்றும் விலை உயர்ந்த சுழற்சியாகும். இந்த ஒப்பிடக்கூடிய பண வணிகத் துறைகள்

மிகுதியைப் பாதுகாப்பதற்கான வாய்ப்பையும், நடுத்தர வர்க்க குற்றவாளிகளுக்கு எச்சரிக்கையற்ற முதலீட்டாளர்களை அதிகம் பயன்படுத்துவதற்கான வாய்ப்பையும் வழங்குகிறது. பாதுகாப்பு மிரட்டி பணம் பறிப்பதில் பாதிக்கப்பட்டவர் பொதுவாக கான் ஆர்ட்டிஸ்டிடமிருந்து எந்தப் பணத்தையும் திரும்பப் பெறுவதற்கான நல்ல வாய்ப்பைப் பெறுவார்.

பாதுகாப்புகளை தவறாகச் சித்தரிப்பது சில நேரங்களில் துரதிர்ஷ்டவசமான விளைவுகளை ஏற்படுத்தலாம், அவை மதிப்பிடுவது கடினம்.

111. ஸ்டிக் ஃபிஷிங்

ஸ்டிக் ஃபிஷிங் மிகவும் மையமாக உள்ளது மற்றும் பின்தொடர்வதற்கு முந்தைய உங்கள் நுணுக்கங்களின் ஒரு பகுதியை குற்றவாளி அறிந்துகொள்வார். ஆன்லைன் பொழுதுபோக்கிலிருந்து உங்கள் முகவரி போன்ற தனிப்பட்ட தகவல், நடப்பு வாங்குதல்கள் போன்றவை இதில் அடங்கும்.

பகுதி நுணுக்கங்கள் அல்லது கடவுச்சொற்கள் உள்ளிட்ட கூடுதல் தகவல்களைக் குறிப்பிடும்

நுணுக்கங்களைக் கருத்தில் கொண்டு ஃபிஷிங் மின்னஞ்சல் அல்லது செய்தி உருவாக்கப்படலாம்.

112. ஸ்கேவர் ஃபிஷிங்

ஸ்கேவர் ஃபிஷிங் என்பது ஒரு நிறுவனத்தில் உள்ள குறிப்பிட்ட நபர்கள் அல்லது குழுக்களை குறிவைக்கும் ஒரு வகை ஃபிஷிங் ஆகும். இது ஃபிஷிங்கின் கடுமையான மாறுபாடு ஆகும், இது மெசேஜ்கள், மெயிநிகர் கேம்கள், குறுஞ்செய்தி அனுப்புதல் மற்றும் பிற தளங்களைப் பயன்படுத்தி வாடிக்கையாளர்களை ஏமாற்றும் தனிப்பட்ட தகவல்களை வெளியிடுவது அல்லது நெட்வொர்க் பிளவு, தகவல் இழப்பு அல்லது நிதி இழப்பை ஏற்படுத்தக்கூடிய முடிவுகளை எடுப்பது போன்ற ஒரு தீங்கிழைக்கும் தந்திரமாகும். ஃபிஷிங் அமைப்புகள் ஆங்காங்கே மக்களுக்கு வெகுஜன செய்திகளை அனுப்புவதற்கு ஷாட்கன் முறைகளை நம்பியிருக்க முடியும், தெளிவற்ற இலக்குகளில் ஃபிஷிங் அடிப்படைகளை ஒட்டி, முன் விசாரணையை உள்ளடக்கியது.

ஒரு பொதுவான ஈட்டி ஃபிஷிங் தாக்குதலில் மின்னஞ்சல் மற்றும் இணைப்பு சேர்க்கப்பட்டுள்ளது. மின்னஞ்சலில் உள்ள தெளிவாக வரையறுக்கப்பட்ட தரவுகளில் குறிக்கோளின் பெயர் மற்றும் சங்கத்தின் நிலை ஆகியவை அடங்கும். இந்த சமூக திட்டமிடல் செயல்முறையானது, மின்னஞ்சலைத் திறப்பது மற்றும் இணைந்த சங்கம் உட்பட நோய்க்கான அனைத்துப் பயிற்சிகளையும் இழக்கும் என்பது கற்பனையான விளைவுகளை அதிகரிக்கிறது.

ஸ்டிக் ஃபிஷிங் பொதுவாக ஒதுக்கப்பட்ட தாக்குதல் பணிகளில் ஒரு ஒற்றைப் பதிவைப் பெற அல்லது ஒரு குறிப்பிட்ட நபரைப் பின்பற்றுவதற்குப் பயன்படுத்தப்படுகிறது, எடுத்துக்காட்டாக, ஒரு சூழ்நிலை அதிகாரம் அல்லது ஒரு இணைப்பிற்குள் இரகசிய முயற்சிகளுடன் தொடர்புடைய ஒருவர். வடிவமைப்பு சிறிய ஆய்வாளர்கள் ஒதுக்கப்பட்ட தாக்குதல்களில் அதிகப்படியான ஸ்டிக் ஃபிஷிங் செய்திகளிலிருந்து வந்ததாகக் கண்டறிந்தனர்.

ஸ்டிக் ஃபிஷிங் ஆக்கிரமிப்பாளர்கள் தங்கள் தாக்குதல்களை அனுப்புவதற்கு முன் கண்காணிப்பார்கள். இதைச் செய்வதற்கான ஒரு

உத்தி என்னவென்றால், ஒரு சங்கத்திலிருந்து அலுவலகத்திற்கு வெளியே உள்ள பல்வேறு காட்சிகளைக் கூட்டி, அவர்கள் தங்கள் மின்னஞ்சல் முகவரிகளை எவ்வாறு கட்டமைக்கிறார்கள் மற்றும் ஒதுக்கப்பட்ட தாக்குதல் பிரச்சாரங்களுக்கான திறந்த நுழைவாயில்களை அங்கீகரிக்கிறார்கள். பல்வேறு ஆக்கிரமிப்பாளர்கள் தகவல்களைச் சேகரிக்க மெய்நிகர் கேளிக்கை மற்றும் தடையின்றி கிடைக்கக்கூடிய பிற ஆதாரங்களைப் பயன்படுத்துகின்றனர்.

ஸ்டிக் ஃபிஷிங் தாக்குதல்களில் இருந்து உங்களைப் பாதுகாத்துக் கொள்வது எப்படி, நீங்கள் அதிகாரபூர்வமான அமைப்பில் எங்கிருந்தாலும் அல்லது ஒரு நிறுவனத்திற்குள் மறைந்திருந்தாலும், தாக்குபவர்கள் உங்களை அடுத்த லான்ஸ் ஃபிஷிங் இலக்காகத் தேர்ந்தெடுக்கலாம். குச்சி ஃபிஷிங் தாக்குதல்களுக்கு எதிராகப் பாதுகாப்பதற்கான இரண்டு அங்கீகரிக்கப்பட்ட நுட்பங்கள் பின்வருமாறு:

மனக்கிளர்ச்சி மற்றும் எதிர்பாராத செய்திகள் குறித்து எச்சரிக்கையாக இருங்கள், குறிப்பாக

இருளுக்கு அழைப்பு விடுக்கும் செய்திகள். ஒரு மாற்று வகையான கடிதப் பரிமாற்றம் மூலம் எதிர்பார்க்கப்படும் நபருடன் தொடர்ந்து சரிபார்க்கவும், உதாரணமாக, அழைப்புகள் அல்லது மிக நெருக்கமான உரையாடல்.

ஸ்டிக் ஃபிஷிங் செய்திகளில் பயன்படுத்தப்படும் அடிப்படை நுட்பங்களைப் பார்க்க சில வழிகளை வரிசைப்படுத்தவும், உதாரணமாக, கட்டணம் தொடர்பான அச்சுறுத்தல், ஜனாதிபதி ஏமாற்றுதல், வணிக மின்னஞ்சல் சமரச மோசடி மற்றும் பிற சமூக திட்டமிடல் நடைமுறைகள்.

செய்திகளில், குறிப்பாக இருண்ட மூலங்களிலிருந்து, சேர்வதைத் தட்டுவதையோ அல்லது இணைப்புகளைப் பதிவிறக்குவதையோ தவிர்க்கவும்.

மின்னஞ்சல் பாதுகாப்பு மற்றும் ஆண்டிஸ்பேம் பாதுகாப்பைப் பயன்படுத்தி மின்னஞ்சல் மூலம் ஆபத்துகளைத் தடுக்கவும்.

113. கட்டண அட்டை ஏமாற்று மோசடி

ஒரு இலக்கு, ஒரு பொருள் அல்லது நிறுவனத்திற்காக தனது கட்டண அட்டை ஏமாற்றப்பட்டதாக மின்னஞ்சல், உரை அல்லது அழைப்பைப் பெறுகிறது. தகுந்த திரும்பப் பெறுவதற்கு முக்கிய தகவல்களை வெளியிடுவது உள்ளிட்ட நடவடிக்கைகளை பின்பற்ற இலக்கு கூறப்பட்டுள்ளது.

இது எவ்வாறு இயங்குகிறது அதிக விலையானது அது ஒரு தயாரிப்பு அல்லது சேவையுடன் பிணைக்கப்பட்டுள்ளது மற்றும் மோசடி நபர்களின் புறநிலை நோக்கங்களை முன்பே அடையாளம் கண்டுள்ளது போன்ற தோற்றத்தை கொடுக்கலாம். இருப்பினும், இது நன்கு அறியப்பட்ட ஸ்ட்ரீமிங் தளம் போன்ற வழக்கமான சேவையாகத் தோன்றலாம், இது அதிக ஒழுங்கற்ற இலக்குகளைக் கொண்டுள்ளது.

இலக்கு வாங்காத அல்லது பயன்படுத்தாத ஒரு பொருள் அல்லது நிறுவனத்துக்காகக் கூறப்படும்

மோசடியானது, மார்க் டவுனுக்குப் பிறகு தேடுவதற்கான கூடுதல் உத்வேகமாக இருப்பதற்கான அனைத்து அடையாளங்களையும் கொண்டிருக்கக்கூடும். மாஸ்டர்கார்டு தரவு அல்லது தள்ளுபடியைக் குறிக்கும் முக்கியத் தரவைக் கோரும் உண்மையான பதிவுக்கு உள்நுழைவுச் சான்றுகளை வழங்குவதற்கு மோசடி நபர்கள் இலக்கை வழிநடத்த முடியும்.

114. ரேண்டம் விற்பனை

அதை அடையாளம் காண பிட் பை பிட் வழிகாட்டுதல்கள் தனிப்பட்ட தகவல்களைக் கோரும் எந்தவொரு அதிர்ச்சியூட்டும் "ரேண்டம் விற்பனை" சந்தேகத்திற்குரியதாக இருப்பது அடிப்படையானது என்றாலும், இதுவரை அழைக்காத சங்கங்களின் அழைப்புகள் வெளிப்படையான பரிசோதனைக்கு உட்பட்டதாக இருக்க வேண்டும். கடிதப் பரிமாற்றத்திற்கான முறை எதுவாக இருந்தாலும், தள்ளுபடிக்கான விற்பனை உடனடியாகத்

தீர்க்கப்பட வேண்டும் அல்லது மார்க் டவுனுக்கான "கடைசி திறந்த கதவு" என்பதும் இதேபோல் ஒரு எச்சரிக்கையை எழுப்ப வேண்டும்.

செய்திகளுடன், ஒரு மரியாதைக்குரிய தொடக்கப் படியானது, மூலத்தின் மின்னஞ்சல் முகவரியைப் பரிசோதித்து, ஒப்பீட்டுச் சங்கத்தின் பல்வேறு செய்திகளுடன் வேறுபடுத்துவதாகும். ஒரு தனிநபரைத் தவிர, ஒரு போலியான பகுதி எல்லா நோக்கங்களுக்கும் நோக்கங்களுக்கும் தெளிவற்றதாக இருக்கலாம் அல்லது வார்த்தைகளை வெளிப்படுத்தும் அல்லது சேர்ப்பதன் மூலம் சான்றளிக்கப்பட்ட பணிப் பகுதியைப் பிரதிபலிக்கும் மிகவும் நம்பகமான விஷயம் என்னவென்றால், தொலைபேசியைத் தொங்கவிடுவது மற்றும் எந்த நிறுவனங்கள் அல்லது நிறுவனங்கள் அல்லது சந்தேகத்திற்குரிய மின்னஞ்சலை மூடுவதும் இல்லை. ஒருவரின் பணப் பதிவேடுகளுக்கு ஆலோசனை வழங்குவது, மோசடி செய்ததாகக் கூறப்படும் மோசடியைப் பார்ப்பதற்கு கார்டு சங்கத்திற்குச் செல்வது அல்லது அவர்களின் வாடிக்கையாளர் பராமரிப்பு சேனல்கள் மூலம் குறிப்பிடப்படும்

நிறுவனத்திற்கு மீண்டும் திரும்புவது ஆகியவை நிலைமையைச் சமாளிப்பதற்கான நம்பமுடியாத அணுகுமுறைகளாகும். எப்பொழுதும் உங்கள் நிரலைத் தனித்தனியாகத் திறந்து, இணையதளத்தைப் பார்வையிட்டு உங்கள் கணக்கில் உள்நுழையும்போது சரியான இடத்தை உள்ளிடவும். சந்தேகத்திற்குரிய மின்னஞ்சலில் உள்ள இணைப்பு மூலம் இணையதளத்தை அணுக வேண்டாம்.

115. துணை செலவு குறைப்பு மோசடி

மிகவும் வழக்கமான ஃபோன் மோசடிகள் உண்மையில் "சங்கங்களிலிருந்து" வந்திருக்கலாம், அவர்கள் தங்கள் நோக்கத்தின் கார்டு முன்கூட்டிய செலவைக் குறைத்து, ஆயிரக்கணக்கில் வட்டியைச் சேமிக்க முடியும் என்பதை உறுதிப்படுத்துகிறார்கள். விருந்தினர் "அமைப்பு" விசா ஆதரவாளர்களுடன் தொடர்பு கொண்டுள்ளது அல்லது அவர்களின் பில்களுக்கு குறைந்த வட்டியை செலுத்த உதவலாம் என்று

கூறுவார். நிறைய தந்திரங்கள் மற்றும் முறையான வணிக கோரிக்கைகள் இருப்பதைப் போலவே, விருந்தினர் விரைவாக அல்லது சந்தேகத்திற்கு இடமின்றி செயல்பட அனுமதிக்கும் வரையறுக்கப்பட்ட நினைவுகளை உருவாக்குகிறது என்று கூறலாம். நேரடித் தலைவருடன் இலக்கு தொடர்புடையதாக இருக்கும் போது, தொலைதூரத்தில் உள்ள மோசடி செய்பவர் விசா தகவலைக் கோருகிறார், மேலும் நிரூபிக்கப்பட்ட நிறுவனங்களுக்கு நேரடிப் பகுதிகளைச் செய்யலாம்.

116. டோன்ட் கால் வால்ட்

இந்த மோசடியின் தவிர்க்க முடியாத தன்மையைக் கருத்தில் கொண்டு, முன் காப்பகப்படுத்தப்பட்ட நிதி செலவுக் குறைப்பு கோரிக்கைகளை நிச்சயமற்ற தன்மையுடன் நடத்த பொது அதிகார வர்த்தக ஆணையம் பரிந்துரைக்கிறது. உண்மையான பரியா அர்ப்பணிப்பு உதவி நிறுவனங்கள் சமமான நிறுவனங்களை

வழங்கலாம், ஆனால் அழைப்பு வட்டியைப் பெறுவது கவர்ச்சிகரமானதாக இருக்கிறது, மேலும் ஒரு உறுதிப்பாட்டைக் குறைப்பதற்கு அல்லது தீர்ப்பதற்கு முன் கட்டணம் வசூலிப்பது தடைசெய்யப்பட்டுள்ளது, எனவே முன்னேற்றத்திற்கான எந்த விற்பனையும் எச்சரிக்கையாக இருக்க வேண்டும். டோன்ட் கால் வால்ட்டில் உள்ள ஃபோன் எண்கள், சட்டத்திற்கு இணங்கும் உண்மையான சங்கங்களிலிருந்து இது போன்ற கோரிக்கைகளைப் பெறக்கூடாது - கவனிக்க வேண்டிய மற்றொரு துப்பு.

தங்கள் கடன் கட்டணத்தை குறைக்க விரும்பும் எவரும், அட்டை உத்தரவாததாரரின் வாடிக்கையாளர் சேவை வரியை அழைக்கலாம், இது வழக்கமாக கார்டின் பின்புறத்தில் உள்ளது, மேலும் நேரடியாக ஆதரவாளரிடம் பேசலாம். உண்மையில், கார்டு ஆதரவாளருடன் கட்டணங்களை ஒழுங்குபடுத்தும் போது, உண்மையான வெளிப்புற உதவிக்கு கூட கார்டுதாரரை விட உண்மையான நன்மை இல்லை. மிகவும் நம்பகமான பந்தயம், இந்த வகையான அமைப்பு தேவைப்படுகிற அனைத்தையும்

நிராகரித்து, தேவையான எந்த நேரத்திலும் அவற்றை நீங்களே தேடுங்கள்.

117. அழைப்பு தந்திரங்கள்

தொலைபேசி தந்திரங்களை நன்கு அறிந்தவர்களுக்கு இது அற்புதமாகவும் அபத்தமாகவும் தோன்றலாம். இது இருந்தபோதிலும், அவர்கள் அறியாத பாதிக்கப்பட்டவர்களுக்கு குறிப்பாக வருத்தமாக இருக்கலாம், இது வருந்தத்தக்க வகையில், தந்திரக்காரர்களின் சிந்தனை செயல்முறையாகும். சீட்டுகள், அபராதங்கள் அல்லது கடமைகள் போன்ற கடன்களை "செலுத்த" கார்டைப் பயன்படுத்தி பாதிக்கப்பட்டவரை ஏமாற்றி, பாதிக்கப்பட்டவரின் கிரெடிட் கார்டு தகவலைப் பெறுவது இந்த தந்திரத்தை உள்ளடக்கியது. ஒழுங்குமுறை அலுவலகத்திலிருந்து அழைப்பு வந்ததாகக் கூறுகிறது. அது இல்லாவிட்டாலும், அதிகாரப்பூர்வமாக தோற்றமளிக்க பகடி

பார்வையாளர் ஐடியுடன் தோன்றலாம். பங்கேற்பதற்கு இலக்கை கட்டாயப்படுத்த, அழைப்பு இலக்கை பிடிப்பதில் சமரசம் செய்கிறது, அவர்களின் பிடிப்புக்கான உத்தரவு, உண்மையான நடவடிக்கை அல்லது அபராதம்.

அதை எப்படி அடையாளம் காண்பது என்பதற்கான வழிமுறைகள் சட்டப்பூர்வமான காவல் துறைகள் இப்படிப்பட்டவர்களை ஒருபோதும் அழைக்காது. ஃபோன் மூலம் பணம் செலுத்த இயலாது அல்லது சுருக்கமான கேட்சை சமரசம் செய்வது போன்ற எந்த அழைப்பும் உங்களைத் தவறாக வழிநடத்தும். ஒரு உண்மையான அரசாங்க அலுவலகம் தொலைபேசி மூலம் தந்திரமான தகவல்களைக் கோரும், குறிப்பாக வியக்க வைக்கும் அழைப்பில் இது நினைத்துப் பார்க்க முடியாதது. இந்த மோசடிகளில் தானியங்கு, முன்பே பதிவுசெய்யப்பட்ட செய்திகள் பொதுவானவை. அவர்கள் "அருகில் உள்ள போலீஸ்" பற்றிய தெளிவற்ற குறிப்புகளையும் செய்யலாம், அது உண்மையான காவல்துறை பயன்படுத்தும் மொழியின் பாணியுடன் பொருந்தாது.

குளிர்ச்சியான விருந்தினருக்கு முக்கியமான தகவலை வெளியிடுவது நல்ல யோசனையல்ல என்ற போதிலும், அதிகாரிகளின் அழைப்புகளால் கட்டாயப்படுத்த வேண்டாம். அசாதாரண அபராதம், தாமதமான மீறல்கள் அல்லது பிற குற்றங்களுக்காக உண்மையான அதிகாரிகள் கார்டு பேமெண்ட்டுகளை சேகரிக்க அழைக்க மாட்டார்கள். எந்தவொரு கவலையும் சம்பந்தப்பட்ட சங்கத்தில் நேரடியாக வந்து நிறுத்துவதன் மூலம் தீர்க்க முடியும். பரிசு தந்திரங்கள் எளிதான ஆனால் மிகவும் பயனுள்ள விசா தந்திரங்களில் ஒன்று, பெறுநரை தங்கள் கிரெடிட் கார்டு தகவலை ஃபோன் மூலம் உற்சாகமாக அனுப்ப வைப்பதாகும்.

இலக்கானது கடிதப் பரிமாற்றத்தைப் பெறுகிறது, வழக்கமான அழைப்பு, இதில் மோசடி செய்பவர்கள் ஒரு இணைப்புடன் ஒரு இடத்தைப் பெறுவதாக அறிவிக்கிறான் அல்லது பரிசுகளை கோருகிறான். மோசடி நபர்கள் நீண்ட காலமாக இந்த நுட்பத்தில் உள்ளனர், மேலும் விரைவாக வழங்க சம்மதிக்கும் இலக்கைப் பற்றிய தெளிவான வாய்ப்பைக் கொண்டு வரக்கூடிய முன்மாதிரிகள் மற்றும் நிபந்தனைகளுக்கான

உத்திகளை உருவாக்கியுள்ளனர். அவர்கள் மாஸ்டர்கார்டு தகவலைக் கோருவார்கள், மீதமுள்ளவை வரலாறாகும் - உங்கள் பணத்தை நீங்கள் ஒருபோதும் பார்க்க மாட்டீர்கள்.

அதைக் கண்டறிவதற்கான சிறந்த வழி, முறையான நிறுவனங்கள் மற்றும் குளிர் அழைப்புகள் மூலம் நன்கொடைகளை வழமையாகக் கோரும் அதே வேளையில், வெற்றி பெறுவதற்கு கவர்ச்சிகரமான தொலைபேசி யுக்திகளைப் பயன்படுத்தும்போது, நிதித் தகவலைக் கேட்கும் எதிர்பாராத தொலைபேசி அழைப்புகள் குறித்து நீங்கள் எச்சரிக்கையாக இருக்க வேண்டும். உண்மையான பேரழிவு போன்ற சமீபத்திய நிகழ்வுகளைப் பயன்படுத்தி மோசடி செய்பவர்கள் நம்பகத்தன்மை மற்றும் விமர்சன உணர்வுடன் "இரக்கமுள்ள உதவியை" தேடலாம். செஞ்சிலுவைச் சங்கம் அல்லது தீயணைப்பு வீரர்களின் சுற்றுப்புறக் கூட்டங்கள் போன்ற பல்வேறு தொடர்புகளுடன் தங்களுக்கு ஒரு இடம் இருப்பதாக அவர்கள் கூறலாம்.

மோசடி செய்பவர்கள் தங்கள் இலக்குகளை அடைவதற்காக மக்களின் உணர்ச்சிகளைத் தூண்டுவதற்கு முயற்சி செய்வார்கள் என்று

சொல்லாமல் போகிறது, மேலும் கதைகள் அல்லது குறிப்பிட்ட நிகழ்வுகள் எவ்வளவு சக்தி வாய்ந்தது என்பதை அவர்கள் நன்கு அறிவார்கள். பணத்திற்கான குறிப்பிடத்தக்க நகர்வுகள் மோசடி செய்பவர்களுக்கு அசாதாரணமானது அல்ல, மாறாக அவர்கள் கேள்வியை எழுப்ப வேண்டும்.

நீங்கள் ஒரு காரணத்தை வழங்க வேண்டும் என்று விருந்தினர் குறிப்பிட்டால், அவர்கள் வழங்கும் எந்தத் தகவலையும் எடுத்துக் கொள்ளுங்கள், அதில் அவர்கள் அழைக்கும் தொலைபேசி எண் உட்பட, எந்த நிதித் தகவலையும் கேட்காமல் துண்டிக்கவும். கூகுள் ஃபோன் எண்ணை கூகிள் செய்யவும் (ஒரு தெளிவான பொருத்தத்தைப் பெற அதை அறிக்கைகளில் வைக்கவும்) சண்டைக்காட்சிகள் தொடர்பாக முன்கூட்டியே அங்கீகரிக்கப்பட்டுள்ளதா என்பதைச் சரிபார்க்கவும். விதிவிலக்கு கட்டமைப்பு தேடலைப் பயன்படுத்தி விருந்தினரின் அடித்தளத்தை சரிபார்க்கலாம். ஒரு சிறப்பியல்பு விளக்கம் அல்லது இணைப்பிற்கு, அழைக்கப்பட்டவரைத் தவிர வேறு சில வழிகளை வரிசைப்படுத்துவதற்கு நாங்கள் ஒப்புதல்

அளிக்கிறோம் - இதைச் செய்வதற்கு இணைப்பின் தளத்தைப் பயன்படுத்துவது ஒரு விதிவிலக்கான நுட்பமாகும்.

118. ஸ்கிம்மிங்

கார்டு திருட்டு மாதிரியான சிப் கார்டுகள் என அழைக்கப்படும் ஈஎம்வி கார்டுகள் அறிமுகப்படுத்தப்பட்ட போதிலும் சிதைவு தொடர்ந்தது. மோசடி செய்பவர்கள் இந்த கட்டத்தில் ஆர்வத்துடன் பயன்படுத்துவதைப் பார்க்கிறார்கள், எடுத்துக்காட்டாக, கடைகள், ஏடிஎம்கள் மற்றும் நிர்வாக நிலையங்கள் வர்த்தகம் நடக்கும் பகுதி முனையங்களை கவனிக்கவில்லை. சான்றளிக்கப்பட்ட அட்டைப் பயனீட்டாளரின் மீது அல்லது அதற்கு அருகில் ஸ்கிம்மர் எனப்படும் எலக்ட்ரானிக் கான்ட்ராப்ஷனை அவர்கள் முன்வைக்கின்றனர், இது ஒரு உண்மையான வர்த்தகம் கையாளப்படும்போது கடன் அல்லது கட்டண அட்டை தகவலை தடையின்றி பதிவு செய்கிறது. முரண்பாட்டின் இருப்பை அங்கீகரிப்பது தவிர, போலியான வளர்ச்சி தொடங்கும் வரை, இழப்பு அவர்களின் அட்டை தகவலை அறிந்து

கொள்வதற்கான சாத்தியக்கூறுகளை சாதகமாக கொண்டிருக்கவில்லை, அந்த நேரத்தில் அதை நிறுத்துவது சாத்தியமான இடத்திற்கு அப்பால் இருக்கலாம்.

அதை அடையாளம் காண்பதற்கான வழிமுறைகள் கீபேட் மற்றும் கார்டு உள்ளீடு திறப்பு போன்ற முக்கியமான பகுதிகளில் கண்டறிவதைத் தவிர்ப்பதற்காக ஸ்கிம்மர்கள் அடிக்கடி உண்மையான கார்டு ரீடர் உபகரணமாக மாறுவேடமிட்டு வருகின்றனர். பேமெண்ட் டெர்மினல் சேதமடைந்தாலோ, வழக்கத்திற்கு மாறானதாலோ அல்லது வேறு வழிகளில் "ஆஃப்" செய்யப்பட்டாலோ எச்சரிக்கையாக இருங்கள். வளைந்த டிசைன்கள், மற்ற இடங்களில் ஒரே மாதிரியான டோன்களுடன் பொருந்தாத இயந்திரத்தின் ஒரு துண்டில் உள்ள வண்ணங்கள், எதிர்பார்த்ததை விட பெரியதாக அல்லது வெளிப்புறமாக விரியும் பாகங்கள், இலவச அல்லது முறுக்கப்பட்ட பாகங்கள் அல்லது தனித்துவமாகத் தோன்றும் பாகங்கள் அனைத்தும் சேதத்தின் காட்சி குறிகாட்டிகளாகும். ஒரு தெளிவற்ற பகுதி முனையத்திற்கும் அருகிலுள்ள மற்றொரு முனையத்திற்கும் இடையில்.

மற்றொரு சாத்தியமான அறிகுறி ஒரு கட்டுப்பாட்டு மையமாகும், இது அடக்கமற்ற, அதிகப்படியான அடர்த்தியான அல்லது தொடுவதற்கு ஆச்சரியமாக இருக்கிறது. மிட்டாய் இயந்திரங்கள், சலவை இயந்திரங்கள் மற்றும் திறந்தவெளிகள் போன்ற இடங்களில் உங்கள் கார்டைப் பயன்படுத்தும் போது கூடுதல் எச்சரிக்கையுடன் பயன்படுத்தவும், அங்கு தடுப்பது மிகவும் கடினமாக இருக்கலாம் அல்லது இயந்திரங்களுக்கு அதிக கண்காணிப்பு இல்லை. கூடுதலாக, ஏராளமான மறுசீரமைப்பு ஆதரவாளர்களுடன் பயணிகளின் ஆட்சேபனைகள் ஸ்கிம்மிங்கின் மையமாக அடிக்கடி செயல்பட்டன. ஒப்புகை தவிர, ஒரு பல்துறை பணப்பை, அது அங்கீகரிக்கப்பட்ட இடத்தில், ஆபத்தை குறைப்பதற்கான ஒரு நுட்பமாகும்.

119. அதிக-சார்ஜ் ஃபிஷிங் மோசடி

அதிக-சார்ஜ் மோசடிகளும் உண்மையான சங்கம் அல்லது நிறுவனத்தைப் போலவே செயல்படுகின்றன, இருப்பினும் முக்கியமான தகவல்களைப் பெறுவதற்கு போலியான வழிமுறைகள் அல்லது தொடர்புகளை வழங்குகின்றன. ஒரு சட்டபூர்வமான நிறுவனம் அல்லது அட்டை அல்லது பதிவு விவரங்களை உண்மையான அணுகல் தேவைப்படும் மற்றொரு சட்டப்பூர்வ நிறுவனமாக காட்டிக்கொள்வதன் மூலம், மிகவும் ஆபத்தான சில நிதி தகவல்களை எளிதாக அணுக முயற்சிக்கின்றன. ஃபிஷிங் மோசடி ஃபோன் மற்றும் ஈமெயில் மூலம் கைவிடப்படும், மேலும் இலக்கின் நம்பிக்கையைப் பெற பல்வேறு தந்திரங்களை அறிந்துகொள்ளலாம். ஒரு பொதுவான ஃபிஷிங் தந்திரம் உங்களை விசா கணக்கு விவரங்களை புதுப்பிக்கச் செய்யலாம், ஒரு பதிவு சமரசம் செய்யப்பட்டுள்ளது மற்றும் மீண்டும் நிறுவப்பட வேண்டும் என்று உங்களுக்குத் தெரிவிக்கலாம் அல்லது நீங்கள் பாதுகாப்புச் சரிபார்ப்பைச் செய்ய வேண்டும். ஒரு மோசடிஒரு புறநிலையின் பாதுகாப்பு கேள்விகளுக்கான பதில்களை அறிந்திருப்பது போல் நடிக்கலாம் மற்றும் அவற்றுக்கு பதிலளிக்கும்படி கேட்டு

அடிப்படையில் சரிபார்க்கலாம். சட்டப்பூர்வ வணிகத்தைப் போல ஆள்மாறாட்டம் செய்து, தகவல்களைச் சேகரிக்க மோசடி நபர்கள் அனுமதிக்கும் கற்பனையான இணையதளத்திற்கு தொலைபேசி அல்லது குறுஞ்செய்தி மூலம் அத்தகைய தகவலை வழங்க இலக்கைத் தொடர்புகொள்ளலாம். விரும்பத்தகாத அழைப்பில் பாதுகாப்பு கோரிக்கைகளுக்கு ஒருபோதும் பதில் அளிக்க வேண்டாம். ஒருவரின் தாயின் குடும்பப் பெயர் அல்லது அவர்கள் இளைஞர்களை சந்தித்த தெரு போன்ற முன்கூட்டிய தனிப்பட்ட கேள்விகளை இவை ஒருங்கிணைக்கின்றன, மேலும் உங்கள் பிறந்த தேதி, ஒய்வூதிய எண் மற்றும் விசாவின் பின்புறத்தில் உள்ள மூன்று இலக்கக் குறியீட்டை அரசு மேற்பார்வையிட்டது. "உங்களைத் தொடர்புகொள்வதற்கு இன்னும் விருப்பம் இல்லை" அல்லது "இது உங்களைத் தொடர்புகொள்வது இதுவே கடைசி முறை" என்று சொல்லும் ஒரு சங்கம், ஃபோன் மோசடிகளின் குறியீடாக மாறியிருப்பதால், உறுதிப்படுத்திக் கொள்ளுங்கள்.

120. தாத்தா பாட்டி மோசடி

ஒரு பாட்டி நிர்வகித்துக்கொண்டிருந்தபோது தொலைபேசி ஒலித்தது. தொலைவில், அவளுடைய பேரன் கண்ணீர் விட்டு அழுதான். அவர் ஒரு வாகன விபத்தில் சிக்கியதாகவும், காப்பாற்ற பணம் தேவைப்படுவதாகவும் அறிவித்த பிறகு, "பொது பாதுகாப்பாளரிடம்" தொலைபேசியை ஒப்படைத்தார். ஒரு அனுப்புனர் பணத்தை உண்மையான பணமாக எடுத்துச் செல்வார் என்றும், அதன்பிறகு அவரது பேரன் சுதந்திரமாகச் செல்லலாம் என்றும் பாதுகாப்பாளர் படித்தார். இருப்பினும், அவள் மற்றொரு முறை தனது பேரனை அழைத்தபோது, எல்லாம் ஒரு சூழ்ச்சி என்பதை அவள் உணர்ந்தாள். துரதிர்ஷ்டவசமாக, இது போன்ற தாத்தா பாட்டி மோசடி மிகவும் சாதாரணமாக முடிவடைகிறது. பொது அதிகார வர்த்தக ஆணையத்தின் சமீபத்திய தரவு மூலம் காட்டப்பட்டுள்ளது

தாத்தா பாட்டி தந்திரங்கள் எவ்வாறு செயல்படுகின்றன, அவற்றை எவ்வாறு கண்டுபிடிப்பது மற்றும் பழைய உறவினர்களுடன் தந்திரங்களைப் பற்றி பேசுவது எப்படி என்பதை இந்த உதவி விளக்குகிறது.

தாத்தா பாட்டி ஏமாற்றுதல் என்றால் என்ன? அது எப்படி வேலை செய்யக்கூடும்? தாத்தா பாட்டி மோசடி என்றால் என்ன? இது எப்படி வேலை செய்யக்கூடும்?

தாத்தா பாட்டி தந்திரங்கள் மோசடி செய்பவர்கள் ஆபத்தில் இருக்கும் உறவினர்கள் போல் நடித்து வயதான பாதிக்கப்பட்டவர்களை போலியான கட்டணங்கள், அபராதம் அல்லது பணம் செலுத்தும்படி கட்டாயப்படுத்துகின்றனர்.

ஒரு பொதுவான தாத்தா பாட்டி தந்திரம் இதுபோல் செயல்படுகிறது:

மிரட்டி பணம் பறிப்பவர்கள் பழைய இழப்புகளை தொலைபேசி மூலம் தொடர்பு கொள்கிறார்கள் - மோசடி நபர்கள் பழைய பின்னடைவுகளை - பொதுவாக தொலைபேசி மூலம் தொடர்பு கொள்கிறார்கள். மோசடி நபர்கள்பேரன் அல்லது உறவினராக இருக்க உத்தரவாதம் அளிக்கிறார்கள், பெயரால் (குடும்ப உறுப்பினர்களின் பெயர்களை வலையில் அல்லது மெய்நிகர் திசைதிருப்பல் மூலம் காணலாம்) அல்லது "இது நான் தாத்தா!" அந்த உரையாடலைத் தொடங்குவதன் மூலம். நஷ்டத்தை நம்பி பேரப்பிள்ளைக்கு பெயர் வைப்பான்.

அதன் பிறகு, அவர்கள் கடினமான சூழ்நிலையில் இருப்பதை உறுதிப்படுத்த விரிவான கதைகளை உருவாக்குகிறார்கள். பார்வையாளர் பைத்தியம் பிடித்தவர் - அவர்கள் ஒரு பேரழிவில், சட்டத்தின் இக்கட்டான சூழ்நிலையில் அல்லது வெளிநாட்டில் பயணம் செய்யும் போது கைப்பற்றப்பட்டதாக கூறுகிறார். சில சமயங்களில், மோசடி செய்பவர்கள் மெதுவாகப் பேசுவார்கள், அழுகைகளுக்கு இடையே அவர்களின் வார்த்தைகள்

முணுமுணுக்கப்படுகின்றன, அல்லது அவை ஏன் குறிப்பிடத்தக்கதாக ஒலிக்கின்றன என்பதற்கான நியாயத்தைப் பற்றிய விளக்கத்தை பரிந்துரைக்கின்றன, (உதாரணமாக, ஒரு பயங்கரமான தொலைபேசி இணைப்பு). பாதிக்கப்பட்டவர் முழுமையாக விழிப்புடன் இல்லாதபோது அல்லது மற்றவர்களுக்கு எந்தத் தொந்தரவும் செய்ய விரும்பாதபோது, அவர்கள் நள்ளிரவைச் சுற்றி வர முயற்சி செய்யலாம்.

மோசடி நபர்கள்ஒரு புறக்கணிக்கப்பட்ட உரையாடலை விரைவாக கவனிக்கவில்லை. மோசடி செய்பவர்களால் உரையாடல் விரைவில் வெளிநாட்டவருக்கு அனுப்பப்படுகிறது. மோசடி செய்பவர்கள் அவசரநிலை தொடர்பான மற்றொரு நபரை முன்வைக்கின்றனர். இது கொள்ளையடிப்பவராகவோ, சட்ட ஆலோசகராகவோ அல்லது போலீஸ் அதிகாரியாகவோ இருக்கலாம்.

ஒரு கடினமான இடத்தில் ஒட்டுமொத்தமாக பாதுகாக்க, பின்னடைவு பணத்தை செலுத்த வேண்டும். நஷ்டத்தைப் பெற பார்வையாளர் ஜாமீன் பணம் அல்லது பரிசு வவுச்சர்களைக்

கோருவார். பணத்தைத் திருடுவதற்காக, கன் கலைஞர்கள் உங்கள் வீட்டு வாசலில் தோன்றலாம் அல்லது சவாரி-பகிர்வு டிரைவர்களை அனுப்பலாம்.

தாத்தா பாட்டி தந்திரங்களில் நட்புரீதியான வடிவமைப்பு, பாதிக்கப்பட்டவர்களை கவலையடையச் செய்வதற்கும் தானாகவே செயல்படுவதற்கும் பயன்படுத்தப்படுகிறது. பேரழிவு அல்லது கொரோனா வைரஸ் பற்றிய அச்சத்தைப் பயன்படுத்தும் இந்த தந்திரத்தின் சமீபத்திய மாறுபாடுகளும் உள்ளன.

நடவடிக்கை எடுங்கள், மோசடி செய்பவர்களுக்கு உங்கள் சொந்த அல்லது பணம் தொடர்பான தகவலை நீங்கள் கொடுக்க நேர்ந்தால், உங்கள் பதிவு மற்றும் பாத்திரம் கடுமையான ஆபத்தில் இருக்கக்கூடும்.

தாத்தா பாட்டியின் தந்திரத்தைக் கண்டறிவதற்கான சிறந்த வழி:

எச்சரிக்கை அறிகுறிகள்

தாத்தா பாட்டி எச்சரிக்கை அறிகுறிகளைப் பயன்படுத்தி மிரட்டி பணம் பறித்தல் தாத்தா

பாட்டி விளையாட்டை எவ்வாறு அடையாளம் காண்பது, அடுத்ததாக வரவிருக்கும் விழிப்பூட்டல்கள் உண்மையில் கவனம் செலுத்துகின்றன.

மறுதலிப்பு அறிகுறிகள்

பார்வையாளர் உடனடியாக தங்களை உணரவில்லை. பார்வையாளர் விரைவாக தங்களைப் பிரிக்கவில்லை. மோசடி செய்பவர்கள் தங்களுக்குத் தெரியாத தரவுகளை வழங்குவதற்காக நீங்கள் ஏமாற்றப்படுகிறீர்கள். உதாரணமாக, "நல்ல செய்தி, பாட்டி, நான் தான்!" என்று சொல்லி ஆரம்பிக்கலாமே. மீண்டும், "இது உங்கள் பேரக்குழந்தை" - மேலும் உங்கள் பேரக்குழந்தையின் பெயருடன் நீங்கள் பதிலளிப்பீர்கள் (அழைப்பின் போது அவர்கள் எதைப் பிரதிபலிப்பார்கள்).

இதன் விளைவாக உங்களைச் செயல்பட வைக்க அவர்கள் ஒரு உயர்ந்த அளவிலான மையத்துடன் பேசுகிறார்கள். கடைசி வாய்ப்புக் கதையை உருவாக்குவதன் மூலம், மோசடி செய்பவர்கள் உங்கள் சிறந்த தீர்ப்பைத் தவிர்ப்பார்கள். அவர்கள்

உங்கள் உணர்வுகளை சுரண்ட முயற்சிக்கிறார்கள், நீங்கள் அவர்களை நம்ப வேண்டும், ஏனெனில் இது ஒரு தீங்கு என்று எந்த எச்சரிக்கை அறிகுறிகளும் இல்லை.

அவர்கள் உங்கள் உறவினரின் பெயரை எப்படியும் குறிப்பிட்ட தகவல் எதுவும் புரிந்து கொள்ள மாட்டார்கள். ஏமாற்றுக்காரர்கள் உங்களை இணையத்தில் ஆய்வு செய்யலாம் அல்லது உங்கள் மெய்நிகர் திசைதிருப்பல் சுயவிவரங்களைக் கருத்தில் கொள்ளலாம், ஆனால் அவர்கள், சந்தேகம் இருந்தால், நுணுக்கங்களைத் தவிர்க்கலாம் அல்லது எக்ஸ்பிரஸ் கோரிக்கைகளுக்கு பதிலளிக்க மறுக்கிறார்கள்.

அவர்கள் ஒரு பின்னடைவில் இருப்பதை அல்லது ஒரு இக்கட்டான நிலையில் இருப்பதையும், பணத் தேவையையும் உறுதிப்படுத்துகிறார்கள். மிகவும் குறிப்பிடத்தக்க தாத்தா பாட்டியின் சண்டைக்காட்சிகள், பேரழிவு, காவல்துறையில் சிக்கல், திருட்டு அல்லது கொள்ளை போன்றவற்றின் காரணமாக பார்வையாளர்களுக்கு பணம் தேவைப்படுவதாகக் கூறுகிறது.

தாங்கள் வெளிநாட்டில் இருப்பதாக அல்லது கிளைகளை பிரித்துவிட்டதாக அவர்கள் கூறுகிறார்கள், ஏமாற்றத்தின் விரக்தியை அதிகரிக்க, மோசடி செய்பவர்கள் வெளிநாட்டில் இருப்பதற்கான பெரும்பாலான நேரத்தை பேரக்குழந்தைகளாக உறுதிப்படுத்துகிறார்கள்.

யாரிடமும், குறிப்பாக உங்கள் குடும்பத்தினரிடம் சொல்ல வேண்டாம் என்று கெஞ்சுகிறார்கள். யாரிடமும், குறிப்பாக உங்கள் குடும்பத்தினரிடம் சொல்ல வேண்டாம் என்று கெஞ்சுகிறார்கள். மிரட்டி பணம் பறிப்பவர், "அம்மா அப்பாவிடம் கருணையுடன் சொல்லாதீர்கள் - அவர்கள் வருத்தப்படுவார்கள்" என்று கூறி உங்களை அமைதிப்படுத்த முயற்சி செய்யலாம்.

மாலையில், கால அட்டவணைக்குப் பின் அழைப்பு வரும். மோசடி நபர்கள் ஒவ்வொரு முறையும் மதியம் தங்கள் இழப்பின் ஓய்வைப் பயன்படுத்திக் கொள்வார்கள். மிகவும் உறுதியான நபர், இரவு நேரத்தில் ஒரு அழைப்பால் தூண்டப்படுவார் என்று எதிர்பார்த்துக்

குழப்பமடைவார் என்று அவர்கள் எண்ணுகிறார்கள்.

வேறொருவர் - பொதுவாக சட்டப்பூர்வமான வழிகாட்டி அல்லது வழக்கறிஞர் - தொடர்பில் இருப்பார் என்று பார்வையாளர் கூறுகிறார். கதையை உண்மையாக வற்புறுத்துவதற்கு, வெளியேற்றப்பட்டவர்களை இணைத்துக்கொண்டு ரஷ் பெரும்பாலான நேரத்தை ஏமாற்றுகிறார். அழைப்பின் போது "பேரக்குழந்தை" தொலைபேசியை அதிகாரத்தில் உள்ள ஒருவரிடம் ஒப்படைக்கிறார், பின்னர் அவர் அத்தியாவசிய சொத்துக்களை எவ்வாறு மாற்றுவது என்பதை தாத்தா பாட்டிக்கு விளக்குகிறார்.

இந்த வகையான ஃபிஷிங் மோசடிகளை மேற்கொள்ள ஏமாற்றுபவர்கள் செய்திகள், ஆன்லைன் பொழுதுபோக்கு செய்திகள் அல்லது ரோபோகால்களைப் பயன்படுத்துவதாக அறியப்படுகிறது, அதேசமயம் தாத்தா பாட்டி தந்திரங்கள் பொதுவாக தொலைபேசியில் (அல்லது ரோபோகால்கள் மூலம்) நடைபெறும்.

ஒரு தந்திரக்காரன் உங்களை உறவினராகக் கூறி அழைத்தால் என்ன செய்வது, யாராவது உங்களை துக்கத்தில் இருக்கும் உறவினராகக் காட்டி அழைத்தால், தந்திரத்தில் விழுந்துவிடாமல் இருக்க இந்தப் படிகளைப் பின்பற்றவும்.

1. உங்கள் உணர்வில் கவனம் செலுத்துங்கள்

மோசடி செய்பவர்கள் பயன்படுத்தும் அத்தியாவசிய கட்டமைப்பானது, உங்கள் உணர்வுகள் மற்றும் அச்சங்களைப் பின்தொடரும் வகையில் நகர்வதைத் தேவைப்படுத்துவதாகும். அழியாமல் இருக்க என்ன வேண்டுமானாலும் செய். தேவையான அளவு நேரத்தை எடுத்துக் கொண்டு தற்போதைய உண்மையான காரணிகளைப் பற்றி சிந்தியுங்கள்: இது உண்மையில் உங்கள் பேரனா? நீங்கள் எப்படி உறுதியாக இருக்க வேண்டும்? நீங்கள் ஏதேனும் எச்சரிக்கைகளைக் கவனித்தீர்களா?

இந்த முக்கிய உச்சரிப்புகளில் கவனம் செலுத்துங்கள்:

"அம்மா அப்பாவிடம் சொல்லாமல் இருக்க முயற்சி செய்." "அம்மா அப்பாவிடம்

சொல்லாதே." மோசடி செய்பவர்கள் தங்கள் முன்மாதிரி சதியை வெளிப்படுத்தக்கூடிய ஜெனரலுடன் நீங்கள் பேச வேண்டியதில்லை. வேறு சிலருக்கு நடப்பதைச் சொல்ல வேண்டாம் என்று அவர்கள் கோரினால், நல்ல திறந்த கதவு இருக்கிறது, அது ஒரு மோசடி.

"ஒரு வழக்கறிஞர், பொதுப் பாதுகாவலர் அல்லது சட்ட ஆலோசகர் உங்களைத் தொடர்புகொள்வார்." உங்களை வழக்கறிஞர், பொதுப் பாதுகாவலர் அல்லது வழக்கறிஞர் தொடர்புகொள்வார். அவர்களின் தந்திரத்தை உருவாக்க ஒரு சக்திவாய்ந்த நபர் உங்களை அழைப்பார் என்று அவர்கள் உங்களை நம்ப வைக்க முயற்சிக்கிறார்கள். விருந்தினர்கள் யார் என்று உங்களுக்குத் தெரியும் வரை எந்த தகவலையும் கொடுக்க வேண்டாம்.

2. பார்வையாளரின் தன்மையை உறுதிப்படுத்தவும்

இது உண்மையில் உங்கள் பேரக்குழந்தைதானா என்ற சந்தேகத்திற்குரிய நிகழ்வில், நீங்கள் யாரைச் செலுத்துகிறீர்கள் என்பதற்கு நீங்கள் உண்மையிலேயே உத்தரவாதம் அளிக்க வேண்டும். விருந்தினர் ஐடி அல்லது எண் இயற்கையாக இருப்பதால், உங்கள் கேட் கீப்பரை ஏமாற்ற வேண்டாம்; "கிண்டல்" என்பது மோசடி செய்பவர்கள் தங்கள் தொலைபேசி எண்ணை மறைத்து, அது நம்பகமான மூலத்திலிருந்து வருவதாக அழைப்பவரை நம்ப வைக்கும் ஒரு நுட்பமாகும்.

பின்வருவனவற்றைச் செய்யுங்கள்:

அவர்கள் பதிலளிக்கவில்லை என்றால் அல்லது முடியவில்லை என்றால், அது ஒரு தந்திரம். அவர்கள் அறிந்திருக்கும் கேள்விகளைக் கேளுங்கள். உங்கள் கணிப்புகளை உறுதிப்படுத்த, உடனே தொலைபேசியை நிறுத்தி, உறவினரை உடனடியாக அழைக்கவும்.

பார்வையாளரின் ஆளுமை மற்றும் தகவலைச் சரிபார்க்க குறிப்பிடத்தக்க சங்கத்தை அழைக்கவும், நீங்கள் ஒரு போலீஸ்காரர் அல்லது சட்ட ஆலோசகர் என்று கருதும் ஒருவரை நீங்கள் தொடர்பு கொண்டால், அவர்கள் எதைக் குறிப்பிடுகிறார்கள் என்பதைச் சான்றளிக்க வெவ்வேறு பணியிடங்களை அழைக்கவும். சங்கத்திற்கு மங்கலான யோசனை இல்லையென்றால், அது ஒரு மோசடி.

3. பார்வையாளருக்கு எந்த தகவலையும் கொடுக்காமல் இருக்க என்ன வேண்டுமானாலும் செய்யுங்கள்

இந்த நேரத்தில் அயோக்கியர்களிடம் உங்களது சொந்தத் தகவல்கள் இல்லையென்றால், அது உங்கள் பேரக்குழந்தை என்று உங்களை ஏமாற்றுவதற்கு அவர்கள் பயன்படுத்தக்கூடிய நுணுக்கங்களைக் கண்டறிய முயற்சிப்பார்கள்.

பார்வையாளர் "இது நான் தான், பாட்டி" போன்ற ஏதாவது ஒன்றைத் தொடர்புகொள்வார் என்று எதிர்பார்த்து, உங்கள் பேரக்குழந்தையின்

பெயரைக் குறிப்பிட வேண்டாம். எல்லாவற்றையும் கருத்தில் கொண்டு, அவர்கள் சொல்வதற்காக காத்திருக்கவும் அல்லது அவர்களிடம் கேட்கவும். இதன் பொருள் என்னவென்று அவர்களுக்குத் தெரியாவிட்டால், பெயர் ஒரு மோசடியென்று நீங்கள் உறுதியாக நம்பலாம்.

நீங்கள் செய்ய வேண்டியது:

உங்களை அழைக்கும் எவருக்கும் உங்கள் பகுதி அல்லது தனிப்பட்ட தகவலை கொடுக்காமல் இருக்க முயற்சி செய்யுங்கள். மோசடி செய்பவர்கள் உங்களுக்கு எதிராகப் பயன்படுத்தக்கூடிய தகவல்களைத் தொடர்ந்து தேடுகிறார்கள். அதைச் செய்ய அவர்களை அனுமதிக்காமல் இருக்க முயற்சி செய்யுங்கள்.

உங்கள் இணைய அடிப்படையிலான கேளிக்கை காப்பீட்டு அமைப்புகளைச் சரிபார்க்கவும், உங்கள் மெய்நிகர் திசைமாற்ற பாதுகாப்பு அமைப்புகளைப் பார்க்கவும். ஆன்லைன் பொழுதுபோக்கிற்கான உங்கள் அமைப்புகள்

தனிப்பட்டவை என்பதை உறுதிசெய்து, நீங்கள் எதிர்பார்க்கும் அளவுக்கு தனிப்பட்ட தகவலை வழங்கவும். இதன் காரணமாக, மோசடி செய்பவர்கள் உங்களை ஏமாற்ற இந்தத் தரவைப் பயன்படுத்த முடியாது.

4. நம்பகமான குடும்ப உறுப்பினர் அல்லது பக்கபலத்தைத் தொடர்புகொள்ளவும்

அழைக்கப்பட்டதாகக் கூறப்படும் ஒட்டுமொத்த நபரை உங்களால் பிடிக்க முடியாவிட்டால், வேறு குடும்ப உறுப்பினர் அல்லது நல்ல அறிவுள்ள நண்பரைத் தொடர்பு கொள்ளவும். இந்த நபர் நெருக்கடியின் சட்டபூர்வமான தன்மையைப் பற்றிய கவலைகளைத் தணிக்க முடியும். நகைச்சுவை கலைஞர்கள் பொதுவாக நீங்கள் நிலைமையைப் பற்றி அமைதியாக இருக்க வேண்டும் என்று கோருகிறார்கள் - வேண்டாம்.

நீங்கள் செய்ய வேண்டியது:

ஒரு குடும்ப உறுப்பினர் அல்லது நண்பரைக் கருத்தில் கொண்டு, என்ன நடந்தது என்பதைப் பற்றி அவர்களுக்குத் தெரிவிக்கவும், அவர்கள் சான்றளிக்கக்கூடிய கதையை அறிந்திருக்கிறார்கள் மற்றும் பார்வையாளர் சொன்னதை உறுதிப்படுத்தவோ அல்லது இழிவுபடுத்தவோ முடியும். மறைமுகமாக, உங்கள் பேரக்குழந்தை முற்றிலும் பாதுகாக்கப்பட்டுள்ளது.

5. எக்ஸ்பிரஸ் பகுதி வகைகளைக் கோருவது குறித்து எச்சரிக்கையாக இருங்கள்

நீங்கள் பணத்தை ஒப்படைக்க வேண்டும், பரிசு வவுச்சர்களை அனுப்ப வேண்டும் அல்லது பகுதி விண்ணப்பங்களைப் பயன்படுத்த வேண்டும், ஏனெனில் அவற்றைப் பின்பற்றுவது கடினம் (மற்றும் உங்கள் பணத்தைத் திரும்பப் பெறுவது நடைமுறையில் சவாலானது). பார்வையாளர் இந்த நுட்பங்களில் ஏதேனும் ஒன்றைப் பயன்படுத்தி பணத்தைக் கோரினால், அது ஒரு மோசடி இருக்கலாம்.

ஒருவரின் குணாதிசயத்தை நீங்கள் உறுதியாக நம்பும் வரை நீங்கள் ஒருவருக்கு பணம் கொடுக்கக்கூடாது.

பின்வரும் சில தவணை முறைகள் தவிர்க்கப்பட வேண்டும்:

கிஃப்ட் வவுச்சர்கள் மோசடி செய்பவர்கள் அடிக்கடி கிஃப்ட் வவுச்சர்களுடன் கேட்கிறார்கள், ஏனெனில் அவை கண்டுபிடிக்க முடியாதவை. எந்தவொரு சட்டப்பூர்வ அலுவலகம் அல்லது அதிகாரத்தால் பரிசு வவுச்சர்கள் கோரப்படாது.

வயர் நகர்வுகள் அல்லது பகுதி பயன்பாடுகள் வயரிங் பணமானது ஒருவருக்கு பணம் கொடுப்பது போல் தெரிகிறது. நீங்கள் அனுப்பும் கட்டத்தில், அது இனி இல்லை.

கூரியர் மூலம் பெறப்படும் பணம், ஓட்டுநராக உங்களிடமிருந்து எந்த சட்டப் பொருளும் பணத்தை சேகரிக்க முடியாது.

6. பிளாக்மெயிலை புகாரளித்து மூடவும்

பெரிய நிபுணர்களுக்கு அனைத்து சிதைவுகளையும் வெளிப்படுத்துவது மிகவும் முக்கியமானது. இதன் விளைவாக சைபர் குற்றவாளிகள் வாயடைத்து விடுவார்கள், மற்றவர்கள் இந்த தந்திரங்களுக்கு விழ மாட்டார்கள்.

காவல்துறை மூலம் உங்கள் நெருங்கியவர். உங்கள் நெருங்கிய காவல் துறையிடம் ஒரு புகாரைப் பதிவு செய்யவும், அதனால் அவர்கள் மோசமான நடத்தையை ஆய்வு செய்ய முடியும். நீங்கள் உங்கள் மாநிலத் தலைவர் சட்டப்பூர்வ அதிகாரி மற்றும் வாடிக்கையாளர் பாதுகாப்பு அலுவலகத்தைத் தொடர்பு கொள்ள வேண்டும்.

நீங்கள் ஒரு மோசடிக்காரருக்கு பணம் அனுப்பியுள்ளீர்களா? இதுவே உண்மையான செயல். ஏமாற்று கலைஞருக்கு பணம் கொடுத்தீர்களா? இதனை செய்வதற்கு

நீங்கள் ஒரு மோசடிக்காரருக்கு ரொக்கம் அல்லது பரிசு வவுச்சர்களை வழங்கியிருந்தால், உங்கள்

பணம் இனி இருக்காது. பொருட்படுத்தாமல், இது பயனற்ற ஒரு உடற்பயிற்சி தவிர எல்லாம்.

நீங்கள் பயன்படுத்திய பகுதி முறையைப் பொறுத்து, தொலைபேசி மூலம் நீங்கள் ஏமாற்றப்பட்டிருப்பீர்கள் என எதிர்பார்த்து உங்கள் பணத்தைத் திரும்பப் பெறுவதற்கான முறையாகும்:

தாத்தா பாட்டி மோசடி பற்றி உங்கள் குடும்பத்தினருடன் பேசுவதற்கான வழிகாட்டுதல்கள்

துரதிர்ஷ்டவசமாக, ஒரு விளக்கம் தாத்தா பாட்டியின் திறமையை அற்புதமாகத் தடுக்கிறது, மேலும் குடியேறிய மக்கள் தாங்கள் ஏமாற்றப்பட்டுவிட்டோம் - அல்லது மோசடி செய்பவர்களால் ஒதுக்கப்பட்டதைப் பற்றி பயப்படுகிறார்கள்.

உங்கள் வாழ்நாள் முழுவதும் தோழர்கள் மற்றும் குடும்பத்தினருடன் மோசடி மற்றும் நிதி சிதைவுகளைப் பார்ப்பது தவறாக இருக்கலாம். மேலும் நிறுவப்பட்ட மக்கள், அவர்கள் தீர்ப்பளிக்கப்படுவார்கள் அல்லது தங்கள் வாய்ப்பை இழக்க நேரிடும் என்று அஞ்சும்

விதத்தைக் கருத்தில் கொண்டு, தாங்கள் தகர்க்கப்பட்டதை அணுகவோ அல்லது சரணடையவோ தயங்குகிறார்கள்.

ஆயினும்கூட, இந்த விஷயங்களை பகுப்பாய்வு செய்வது அவர்கள் பாதுகாப்பாக இருக்கவும், அவர்களின் வாய்ப்பைப் பற்றி விழிப்புடன் இருக்கவும், அவர்கள் எப்படியும் அறிந்திருக்க முடியாத சிக்கல்களைப் பற்றி அறிந்து கொள்ளவும் உதவும்.

உங்கள் வளரும் அன்புக்குரியவர்களுடன் இந்த சிக்கலை நிர்வகிப்பதற்கான முறை இது:

குறைகளைக் கண்டிக்காமல் அல்லது திட்டவட்டமாக எதையும் செய்யாமல் பொறுமையாகவும் கடமையாகவும் இருங்கள். வளர்ச்சி முன்னேற்றங்களின் விகிதம் மூத்த குடியிருப்பாளர்களுக்கு அதிகமாக இருக்கும், மேலும் அவர்கள் பெரும்பாலான நேரங்களில் தெளிவு இல்லாதவர்களாக உணர்கிறார்கள்.

சாதாரண உரையாடல்களில் தாமதமாக ஏமாற்றுபவர்களை எழுப்புங்கள், மோசடி

செய்பவர்கள் வெற்றியாளராக முடிவடையும் வாய்ப்புகளை வளர்ப்பதற்கு தொடர்ச்சியான நிகழ்வுகளைக் கருத்தில் கொண்டு தொடர்ந்து தங்கள் உத்திகளை புதுப்பித்து வருகின்றனர். புதிய வகையான மோசடிகளைப் பற்றி உங்கள் குடும்ப உறுப்பினர்களுடன் பேசுவதன் மூலம், உண்மையில் எதில் கவனம் செலுத்த வேண்டும் என்பதை அவர்கள் நன்கு அறிந்திருப்பார்கள்.

கேள்விக்குரிய அழைப்பைப் பெறுவார்கள் என்று எதிர்பார்க்கும் போது என்ன செய்ய வேண்டும் என்பதைப் பற்றி ஒரு கைப்பிடியைப் பெறுங்கள், உடனடியாக அழைப்பை நிறுத்திவிட்டு தனிப்பட்ட நபரை நேரடியாக அழைப்பதே சிறந்த நுட்பம் என்று அவர்களிடம் கூறினார். இது தாத்தா பாட்டியின் மோசடி இருந்தாலும் அல்லது வேறு வகையான மோசடி இருந்தாலும், தொங்கவிடுவது முட்டாள்களை திகைக்க வைக்கிறது.

ஃபோன் மற்றும் பிசிக்கு அருகில் குறிப்புகளை வைக்கவும், தொலைபேசி மற்றும் பிசிக்கு அருகில் குறிப்புகளை வைக்கவும். ஒரு மோசடி கலைஞர் அவர்களைத் தொடர்பு கொண்டால், தொலைபேசி மற்றும் கணினி மூலம் வழிகாட்டுதல்களை வழங்குவது அவர்களை

எழுப்பும். சந்தேகத்திற்குரிய அழைப்பு அல்லது செய்தியைப் பெற்றால் அவர்கள் என்ன செய்ய வேண்டும் மற்றும் முறையான நடத்தையைத் தெளிவாகக் கண்டறியவும்.

சொத்துக்களை மாற்றுவது பற்றிய கருத்துக்களுக்கு டியூன் செய்யுங்கள், பல மக்கள் தங்கள் மிகவும் நிறுவப்பட்ட கேட் கீப்பர்கள் அல்லது தாத்தா பாட்டி நிதி கவலைகள் அல்லது ஏழைகளாக இருப்பதைக் கேட்பதன் மூலம் அவர்கள் தவறாக வழிநடத்தப்படுகிறார்கள் என்பதை வெறுமனே புரிந்துகொள்கிறார்கள். வழக்கமான உரையாடல்களில் இதுபோன்ற கருத்துகளைக் கவனியுங்கள், எனவே நீங்கள் விரைவாக பதிலளிக்கலாம்.

கடனைச் சரிபார்க்கும் குடும்ப மோசடி காப்பீட்டைக் கருத்தில் கொள்ளுங்கள். கடன் சரிபார்க்கும் குடும்ப மொத்த மோசடி காப்பீட்டைக் கருத்தில் கொள்ளுங்கள். ஆளுமை குடும்ப அல்ட்ரா திட்டம் ஒரே திட்டத்தில் ஐந்து பெரியவர்களுக்கு வங்கி, முதலீடு மற்றும் கிரெடிட் கணக்கு சரிபார்ப்புக்கான அணுகலை வழங்குகிறது.

குடும்பத் தகவலை தவறாகச் சித்தரிக்கும் உறுதிமொழியைத் தேடுகிறீர்களா? எங்கள் லைஃப்லாக் மற்றும் கேரக்டர் தேர்வு வழிகாட்டியைப் பார்க்கவும்.

அடிப்படை கவலை: உங்கள் குடும்பத்தை பாதுகாக்கவும்

நீண்ட காலம் வாழ, அவர்கள் மோசடி செய்பவர்களுக்கு சிறந்த இலக்குகளாக மாறி வருகின்றனர். தாத்தா, பாட்டி மற்றும் பிற மூத்த குடிமக்களின் மோசடி பற்றிய விழிப்பூட்டல்களைத் தேடுவதற்கு வேறு சில வாய்ப்பை விட இது அதிகத் தேவையாகும் - மேலும் உங்களுக்கோ அல்லது துணைவருக்கோ அல்லது உறவினருக்கோ சந்தேகத்திற்குரிய அழைப்பு வந்தால் என்ன செய்வது என்பதைப் புரிந்துகொள்வது.

உங்கள் குடும்பத்தை மோசடி செய்பவர்களிடமிருந்து கண்காணித்து, கௌரவமான தகவல் பறிப்பு உறுதிப்படுத்தல்,

பாதுகாப்பான ஆய்வுக் கருவிகள் மற்றும் கடன் சோதனை ஆகியவற்றை வழங்குவதன் மூலம் உண்மையான அமைதியை உங்களுக்கு வழங்குகிறது. கூடுதலாக, மோசமான சூழ்நிலையில், மில்லியன் இன்சூரன்ஸ் ஒப்பந்தத்துடன் கூடுதலாக, மிரட்டி பணம் பறித்தல் இலக்கு நிபுணர்களின் குழுவிடமிருந்து ஆதரவைப் பெறுவீர்கள்.

121. ஊக சொத்து மோசடி

வாடகை மோசடி என்றால் என்ன?

வாடகை சண்டைகள் மற்றும் அவற்றைத் தவிர்ப்பதற்கான அணுகுமுறைகள் பற்றி

அத்தியாவசியமான வகையில், வாடகை அல்லது குத்தகை மோசடி என்பது துணிகர சொத்து, நில உரிமையாளர்கள் அல்லது சாத்தியமான குத்தகைதாரர்களிடமிருந்து பணத்தை தனிமைப்படுத்துவதற்கான பொறியாகப் பயன்படுத்தப்படும் நடைமுறைகள்.

வர்த்தகத்திற்கான அடிப்படை மூலோபாயம் இணையத்தில் உள்ளது, இது போர்ஷன்ஸ் அசோசியேஷன் பாயிண்ட் மற்றும் வாலட் ஒப்பந்தங்களைச் செயல்படுத்துகிறது. குத்தகை மற்றும் வாடகை தந்திரங்கள் ஒரு வீட்டை குத்தகைக்கு எடுக்க விரும்பும் நபர்களுக்கு எதிராக பயன்படுத்தப்படும் தந்திரங்கள். இதுபோன்ற சந்தர்ப்பங்களில், மோசடி செய்பவர்கள் நிபுணர்கள் அல்லது சிறந்த யூனிட்டின் உரிமையாளர்களைப் போல நடந்துகொள்கிறார்கள் மற்றும் வீட்டை வாடகைக்கு எடுப்பதற்காக குத்தகைதாரர்கள் தங்கள் பதிவேடுகளைப் பற்றி வர்த்தகம் செய்ய வேண்டும் என்று கேட்டுக்கொள்கிறார்கள். பணம் செயல்படுத்தப்படும் போது, அவர்கள் நெருங்கி வரும் குடிமக்கள் மற்றும் புறப்படுபவர்களுடனான தொடர்பை துண்டித்தனர். டெவலப்மென்ட் மற்றும் இன்றைய கேஜெட்கள் வாடகை மற்றும் குத்தகை மோசடிகளில் பெரும் பங்காக இருக்கும் என்று எதிர்பார்க்கிறது. பொதுவாக, மோசடி செய்பவர்கள், எந்த இணையதளத்திலும் வாடகை வீடுகளை தேடும் நபர்களை கவர்ந்திழுக்கிறார்கள். உண்மையான நியாயமான செலவில் பல்வேறு

வசதிகளுடன் கூடிய ஒரு சொத்தை ஒருவர் காணலாம். மேலும், காட்டப்படும் பண்புகள் அருகில் உள்ள மற்றவர்களிடமிருந்து குறைவாகக் கருதப்படுகின்றன. ஆக்கிரமிப்பாளர்கள் சொத்தை நிறைவேற்றுவதைக் காண்கிறார்கள், உண்மையான ஒப்பந்தம் சரியானது, பின்னர் மோசடியின்ஆரம்பம் கடினமாகவும் வேகமாகவும் செல்கிறது.

சில சமயங்களில் தளத்தில் பதிவுசெய்யப்பட்ட பண்புகளில் உள்ள சிதைவுகளைக் காண முயற்சிக்கிறது, ஏனெனில் அது ஈர்க்கக்கூடிய படங்கள் மற்றும் சித்தரிப்புகளுடன் சிறந்த வெளிச்சத்தில் காட்டப்பட்டுள்ளது. கூடுதலாக, இதுபோன்ற வீட்டுப் பகுதிகள் வஞ்சகத்திற்கு எதிராக கணிசமாக வெளிப்படும், ஏனெனில் தளத்தில் சொத்து நுணுக்கங்களை யார் வேண்டுமானாலும் இடுகையிடலாம். அத்தகைய தளத்தில் நீங்கள் ஒரு துணிகரச் சொத்தை தேடுகிறீர்களானால், கீழே ஆய்வு செய்யப்பட்ட அறிவுரைகளைப் பற்றி நீங்கள் உணர்ந்து,

எதிர்பார்க்கப்படும் மோசடிகளுக்கு எதிராக உங்களைப் பாதுகாத்துக் கொள்ள வேண்டும்.

உரிமையாளர் நெருங்கி சந்திக்காமல் செல்கிறார்.

தளத்தில் சொத்து நுணுக்கங்களை ஒருமையில் இடைகையிடுவது உங்களை நெருங்கிய மற்றும் தனிப்பட்ட முறையில் சந்திக்காமல் இருக்க விரும்பினால் அது ஒரு இழிந்த அறிகுறியாகும். இதேபோல், நீங்கள் நிலத்திற்குச் செல்ல வேண்டும் என்பதை உரிமையாளர் முழுமையாக ஏற்கவில்லை என்றால், விளையாட்டுத் திட்டத்தை முடிப்பதற்கு முன்பு நில நிபுணரிடம் இருந்து நிறுவனங்களை விடுவிக்கவில்லை என்றால் இது ஒரு குறிப்பிடத்தக்க அறிவுறுத்தலாகும்.

எனவே, குடியிருப்பாளர் உரிமையாளரைச் சந்திப்பது நல்லது, உண்மையில், சொத்தை உண்மையிலேயே வாடகைக்கு எடுப்பதற்கு முன்பு அதைப் பாருங்கள். இருப்பினும், திடீரென்று உங்களால் பார்வையிட முடியாவிட்டால், உங்கள் வீட்டிலிருந்து ஒரு

நீண்ட வீடியோ கான்ஃபரன்ஸ் அழைப்பை நடத்த வேண்டும்.

அவர்கள் நிகழ்வுகளின் தெளிவான திருப்பத்தை நோக்கி சாய்ந்துள்ளனர்

அவர்களின் உண்மையான நபரை மறைக்க பெரிய அளவில் பேசுகிறார்கள். குறிப்பாக மோசடி செய்பவர்களுக்கு உடனடி நடவடிக்கை தேவை. சொத்து மற்றும் அதன் உரிமையாளரின் விரிவான மதிப்பீடுகளைத் தவிர்ப்பதே இந்த மூலோபாயத்தின் குறிக்கோள். நீங்கள் விரைவாக செல்ல வேண்டும் என்று உரிமையாளர் ஏற்றுக்கொண்டால், அது ஒரு சந்தேகத்திற்குரிய அறிகுறியாகும் மற்றும் உண்மையான மதிப்பீடு ஒரு தனிக் காரணத்தின் அடிப்படையில் முக்கியமானது. வாய்மொழி பரிமாற்றம் மூலம் செய்யப்படும் உரிமைகோரல்களால் வெளியாட்கள் திறம்பட நம்பப்படுவதில்லை.

ஒரு கீழ்நிலை நில உரிமையாளர், சொத்தைப் பற்றிய வெளிப்புறக் கண்ணோட்டத்தை உங்களுக்கு வழங்க முடியும், ஆனால் அவர் அணுகாததால் உங்களை உள்ளே அழைத்துச்

செல்ல தயங்குவார். விரைவாகக் கிடைக்கும் மற்றும் குறைந்த செலவில் இருக்கும் சொத்துக்கள் பொதுவாக வாடகை மற்றும் குத்தகை மோசடிகளுக்கு வழிவகுக்கும்.

வாடகை செலுத்துவதற்கு முன், குத்தகை மற்றும் பாதுகாப்பு வைப்புத்தொகையைப் பெறுங்கள். வாடகை என்பது ஒரு குறிப்பிட்ட காலத்திற்கு ஒரு சொத்தைப் பயன்படுத்துவதற்கு குறிப்பிட்ட கால இடைவெளியில் செலுத்தும் ஒப்பந்தமாகும். நீங்கள் குத்தகையில் கையெழுத்திடும் வரை பண உறவு இருக்கக்கூடாது. நில உரிமையாளரும் சொத்து முதலாளியும் குத்தகைக்கு முந்தைய பணத்தைக் குறிப்பிட்டால், அது ஒரு மோசடி இருக்கலாம்.

இதுபோன்ற சமயங்களில் நியாயமாக பணத்தைப் பயன்படுத்துவதைத் தவிர்க்கவும். உங்களுக்கு தள்ளுபடி கிடைக்காது. தொடர்ந்து கடன் மட்டும் வர்த்தகம். இது பின்வரும் பதிவுகளுக்கு உதவுகிறது.

122. பெரிய கடை மோசடி

நீங்கள் வேறொரு பகுதிக்குச் சென்றால், அத்தகைய குடியிருப்பு முடிந்தவுடன் நீங்கள் பாதுகாப்புக் கடையைத் திருப்பித் தருமாறு சொத்து நிர்வாகி கோருவார். மொத்தத்தில், பாதுகாப்புக் கடையின் அளவு பொதுவாக இரண்டு அல்லது மூன்று மாத வாடகை. பெரிய விளக்கமில்லாமல் கடையின் மொத்த தொகை அதிகமாக இருந்தால், அது ஒரு மோசடி

123. நில உரிமையாளர் கூடுதல் கட்டணம்

நில உரிமையாளர் வழக்கமான, நகரும் மற்றும் தொலைத்தொடர்பு கட்டணங்களைத் தவிர வேறு கட்டணங்களை குத்தகைக்கு சேர்த்தால், அது ஏமாற்று என்று அர்த்தம். ஆன்லைன் ஒதுக்கீடு

சமர்ப்பிப்பை முதன்மை குழுவில் இருந்து பார்க்க வேண்டும்.

அற்புதமான ஒப்பந்தம், அதே பகுதியில் உள்ள மற்ற வீடுகளுடன் ஒப்பிடும் போது உண்மையிலேயே நியாயமான விலையில் நீங்கள் ஒரு அற்புதமான ஒப்பந்தத்தைப் பெறுகிறீர்கள் என்றால், அது வாடகை மற்றும் வாடகை தந்திரமாக இருக்கலாம்.

124. வாடகை மற்றும் குத்தகை மோசடி

வாடகைக் மோசடிக்காரர்களின் வழக்கமான அதே பழைய விஷயம், மற்றொரு வகையான மோசடி போன்றது, பயிற்சிகளின் ஒரு குறிப்பிட்ட முன்னேற்றத்தை உள்ளடக்கியது. அவர்களின் நடைமுறையைப் புரிந்துகொள்வதற்கு, நியமிப்பில் கட்டாயக் கூட்டாளிகள் - சொத்து நிர்வாகிகள் மற்றும் வரவிருக்கும்

குத்தகைதாரர்களைப் பார்ப்பது அவசியம். மோசடி செய்பவர்கள் என்பது இரண்டு வீரர்களுக்கு சமமான வீரர்களை சுரண்டுவதாகும்.

வாடகை மிரட்டி பணம் பறிப்பவர்களின் மற்றொரு பிரதிநிதித்துவம்

வாடகை வற்புறுத்தலின் முன்னேற்ற நிகழ்வுகள் சொத்து இயக்குநர்கள் மற்றும் குடியிருப்பாளர்களிடையே கவனிப்பின் அவசியத்தை எடுத்துக்காட்டுகின்றன. அடுத்து வரவிருக்கும் இரண்டு தாமதமான சூழ்நிலைகளில் பின்னடைவுகள் பெரும் பணம் தொடர்பான சம்பவங்களை சந்தித்தன:

ஒரு நில உரிமையாளருக்கு தனது சொத்தில் ஆர்வமுள்ள ஒரு இராணுவ அதிகாரி போல் நடித்து, ஒரு மோசடி கலைஞர் பல லட்சம். மோசடி நபர்கள் பாதிக்கப்பட்டவரை பண பரிமாற்றம் செய்யும்படி வற்புறுத்தினார், மேலும் ஆன்லைன் வங்கி பரிமாற்றங்களில் உள்ள சிக்கல்களை மேற்கோள் காட்டி, அதன் விளைவாக தொகையை இரட்டிப்பாக்குவதாக உறுதியளித்தார்.

வாடகை சிதைவை அங்கீகரிக்கும் திட்டம்

வாடகை பிளாக்மெயிலைக் கண்டறிய உதவும் திட்டம் இங்கே

125. போலி ஷாப்பிங்கிற்கான தளங்கள் தந்திர தளங்கள்

தீங்கிழைக்கும் அல்லது ஏமாற்றும் நடவடிக்கைகளில் ஈடுபடும் வகையில் வாடிக்கையாளர்களை ஏமாற்ற தந்திர இணையதளங்களைப் பயன்படுத்துவது சட்டவிரோதமானது. இணையம் வழங்கும் அநாமதேயமானது கான் கலைஞர்களால் அவர்களின் உண்மையான அடையாளங்களையும் மறைமுக நோக்கங்களையும் மறைக்க அடிக்கடி பயன்படுத்தப்படுகிறது. பாதுகாப்பு எச்சரிக்கைகள், பரிசுகள் மற்றும் தவறான வழிகாட்டுதலின் பிற வடிவங்கள் நம்பகத்தன்மையின் தோற்றத்தை கொடுக்கலாம்.

இணையத்தில் பயனுள்ள பயன்பாடுகள் நிறைய இருந்தாலும், எல்லாம் தோன்றுவது போல் இல்லை. உங்கள் கவனத்தை விரும்பும் பல முறையான இணையதளங்கள் உள்ளன, ஆனால் மோசமான காரணங்களுக்காக உருவாக்கப்பட்ட தளங்களும் உள்ளன. இந்த இணையதளங்கள் விசா பறித்தல் முதல் மோசடி வரை அனைத்தையும் முயற்சி செய்கின்றன.

மோசடி லோகேல்கள் வெவ்வேறு வழிகளில் செயல்படுகின்றன, வளங்களின் விளைவாக உறுதியளிக்கும் காட்டு விருதுகள் பற்றிய தவறான தகவல்களை அறிமுகப்படுத்துகிறது. பெரும்பாலான நேரங்களில், இறுதி இலக்கு மிகவும் ஒத்த ஒன்றுதான்: தனிப்பட்ட அல்லது நிதித் தகவலை நீங்கள் விட்டுவிட வேண்டும்.

இந்த வகையான இணையதளம் ஒரு முடிக்கப்பட்ட தளமாக இருக்கலாம், பாப்அப்கள் அல்லது உண்மையான இணையதளங்களில் அங்கீகரிக்கப்படாத மேலடுக்குகளை வைக்க கிளிக் ஜாக்கிங். அவற்றின் தோற்றம் இருந்தபோதிலும், இந்த இடங்கள்

வாடிக்கையாளர்களை ஏமாற்றும் நோக்கம் கொண்டது.

அண்டர்ஹேண்ட் லோகேல்களைப் பயன்படுத்தும் ஆக்கிரமிப்பாளர்கள் பொதுவாக மோசடி வாடிக்கையாளர்களை நோக்கி இந்த உந்துதல்களைப் பயன்படுத்துகிறார்கள்:

கோடிங்: வாடிக்கையாளர்கள் பல்வேறு சேனல்கள் மூலம் ஆக்கிரமிப்பு சந்தைப்படுத்துபவர்களால் வலைத்தளத்திற்கு ஈர்க்கப்படுகிறார்கள்.

சமரசம்: வாடிக்கையாளர்கள் தங்கள் சாதனங்கள் அல்லது தரவை தாக்குபவர்களுக்கு வெளிப்படுத்தும் அச்சுறுத்தலை முன்வைக்கின்றனர்.

அதிகாரம்: ஆக்கிரமிப்பாளர்கள் தனிப்பட்ட விரிவாக்கத்திற்காக வாடிக்கையாளர்களின் சொந்த சிறப்புத் தகவலை தவறாகப் பயன்படுத்துகின்றனர் அல்லது பல்வேறு நோக்கங்களுக்காக தீங்கிழைக்கும் நிரலாக்கத்துடன் அவர்களின் முரண்பாடுகளைக் கெடுக்கின்றனர்.

கொடுக்கப்பட்ட முயற்சி நம்பமுடியாத அளவிற்கு குழப்பமானதாக இருந்தாலும், பெரும்பாலானவற்றை இந்த மூன்று மைய நிலைகளுக்குச் சுத்திகரிக்க முடியும்.

இணைய அடிப்படையிலான திசைதிருப்பல், மின்னஞ்சல் மற்றும் உரையை ஒளிரச் செய்தல் போன்ற பல்வேறு கடிதத் தொடர்பு சேனல்கள் மூலம் இணைய வாடிக்கையாளர்களை ஒரு கீழுள்ள வலைப்பக்கம் ஈர்க்க முடியும். கேள்வி விஷயங்கள் என்பது தள மேம்பாடு வெப் ஸ்ட்ரீம்லைனிங் முறைகள் மூலம் கட்டுப்படுத்தப்படும் நேரத்தின் ஒரு பகுதியாகும், இதனால் நச்சுப் பகுதிகள் உயர் பதவிகளில் தோன்றும்.

கவர்ச்சிகரமான சலுகையாகவோ அல்லது எச்சரிக்கை செய்தியாகவோ வந்தாலும், வாடிக்கையாளர்கள் இந்தத் திட்டங்களுக்கு அதிகப் பதிலளிப்பார்கள். பெரும்பாலான மோசடி இடங்கள் மன அனுபவங்களால் கட்டுப்படுத்தப்படுகின்றன.

இந்த மோசடி உங்களை எப்படித் தடுமாறச் செய்கிறது என்பதைப் புரிந்துகொள்வது

உங்களைப் பாதுகாத்துக் கொள்வதற்கான ஒரு முக்கிய அம்சமாகும். இந்த முயற்சியில் அவர்களின் அணுகுமுறையை நாம் தெளிவாகக் கவனிக்க வேண்டும்.

அவற்றின் நடுவில், தவறாக வழிநடத்தும் இடங்கள் சமூகத் திட்டமிடலைப் பயன்படுத்துகின்றன - குறிப்பிட்ட பிசி அமைப்புகளுக்குப் பதிலாக மனித தீர்ப்பின் சுரண்டல்கள்.

இந்தக் கட்டுப்பாட்டைப் பயன்படுத்தும் மோசடி, தீங்கிழைக்கும் தளம் உண்மையானது மற்றும் நம்பகமானது என்பதை பொறுத்துக்கொள்ளும் இழப்புகளைச் சார்ந்திருக்கிறது. சிலர் வேண்டுமென்றே சான்றளிக்கப்பட்ட, உறுதியான இடங்களாகத் தோன்றுவார்கள், இது வெளிப்படையான அரசாங்கத் தொடர்புகளால் செயல்படுவதைப் போன்றது.

தவறான வழிகாட்டுதலுக்காக எதிர்பார்க்கப்படும் இலக்குகள் பொதுவாக ஏற்பாடு செய்யப்படவில்லை மற்றும் கவனத்துடன் கவனிப்பதுடன் தொடர்புடையதாக இருக்கலாம். ஒப்புகையைத் தவிர்க்க, ஒரு கீழ்நிலை தளம்

சமூகத் திட்டமிடலின் முக்கிய பகுதியைப் பயன்படுத்தும்: உணர்வு.

ஆழ்ந்த கட்டுப்பாட்டின் உதவியுடன் தாக்குபவர் உங்கள் வழக்கமான சந்தேக உணர்வுகளைத் தவிர்க்கலாம். இந்த மிரட்டி பணம் பறிப்பவர்கள் பெரும்பாலும் இழப்புகளை உணர முயற்சி செய்கிறார்கள்:

மனச்சோர்வு: நேரத்தை உணர்திறன் கொண்ட சலுகைகள் அல்லது பதிவு பாதுகாப்பு நனவான பிரதிபலிப்புக்கு முந்தைய சுருக்கமான இயக்கத்தை கவனத்தில் கொள்ள வைக்கிறது.

உற்சாகம்: நிபந்தனையற்ற பரிசு வவுச்சர்கள் அல்லது விரைவாக நிறுவப்படும் நிதி ஸ்திரத்தன்மை திட்டம் போன்ற கவர்ச்சிகரமான உறுதிமொழிகள் உங்கள் பாதுகாப்பு உணர்வை மாற்றலாம் மற்றும் எதிர்பார்க்கப்படும் குறைபாடுகளை நீங்கள் கவனிக்காமல் போகலாம்.

அச்சம்: போலி நோய் மாசுபாடுகள் மற்றும் பதிவு விழிப்பூட்டல்கள் முடிந்தவரை அடிக்கடி செல்ல வழிவகுத்து, விரைவாக நகர விரும்புகிறது.

இந்த உணர்வுகள் ஒருங்கிணைக்கப்பட்டாலும் அல்லது தனியாக இருந்தாலும், அவை ஒவ்வொன்றும் தாக்குபவர்களின் இலக்குகளை மேலும் அதிகரிக்கின்றன. எந்தவொரு சந்தர்ப்பத்திலும், ஒரு தந்திரம் உங்களுக்கு முக்கியத்துவம் வாய்ந்ததாக இருந்தால் அல்லது உங்களுக்கு பொருத்தமானதாக இருந்தால், அது உங்களுக்கு பயனளிக்கும். இதன் விளைவாக, பல இணைய அடிப்படையிலான தந்திர இடங்கள் உள்ளன.

126. மோசடி லோகோ

வற்புறுத்தல் இடங்கள், வெவ்வேறு வகையான ஏமாற்றுதல்களைப் போலவே, தொடர்புடைய கூறுகளைப் பகிர்ந்து கொள்கின்றன, ஆனால் வெவ்வேறு வளாகங்களில் வேலை செய்கின்றன. ஒரு மோசடி தளம் பயன்படுத்தக்கூடிய வளாகத்தை நாங்கள் சந்தேகத்திற்கு இடமின்றி திட்டவட்டமாக சித்தரிப்பதால், எதிர்கால முயற்சிகளை அங்கீகரிக்க நீங்கள் தயாராக

இருப்பீர்கள். சில பொதுவான வகையான தந்திர இருப்பிடங்கள் கீழே பட்டியலிடப்பட்டுள்ளன:

127. சார்ஜ் கார்டு தகவல் ஃபிஷிங் மோசடி

ஃபிஷிங் லோகேல் என்பது ஒரு புகழ்பெற்ற கருவியாகும், இது கள்ளத்தனமான சூழ்நிலைகளை முன்வைக்க மற்றும் வாடிக்கையாளர்களை அவர்களின் சொந்த தகவலுக்கு திறக்க முயற்சிக்கிறது. இந்த மோசடிகள் வங்கிகள் மற்றும் மின்னஞ்சல் வழங்குநர்கள் போன்ற உண்மையான நிறுவனங்கள் அல்லது இணைப்புகள் போன்றவற்றை தொடர்ந்து செயல்படுத்துகின்றன.

பொதுவாக, தாக்குபவர்கள் ஒரு வலைத்தளத்திற்கு பார்வையாளர்களை ஈர்க்க செய்திகள் அல்லது பிற செய்திகளைப் பயன்படுத்துகின்றனர் மற்றும் உங்கள் செயல்பாட்டைத் தொடர வேண்டிய தவறு அல்லது பிற சிக்கலைக் கோருவார்கள். கணக்கு உள்நுழைவு, சார்ஜ் கார்டு தகவல் அல்லது பிற

பலவீனமான தரவை வழங்க நீங்கள் அருகில் வரும்போது என்ன நடக்கிறது என்பதை மோசடி காட்டுகிறது. இந்தத் தாக்குதல்களால் ஏற்பட்ட இழப்புகளிலிருந்து எதையும் தவறாக நடத்துவதில் இது நிறைவுற்றது.

128. இணைய ஷாப்பிங் சிதைவு மோசடி

மிகவும் குறிப்பிடத்தக்க சதித்திட்டமாக, இணைய ஷாப்பிங் சிதைவு இடங்கள் இழப்புகளின் கார்டு தகவலைச் சேகரிக்க போலியான அல்லது போதிய மின்னணு அங்காடியையைப் பயன்படுத்துகின்றன.

இந்த மோசடி எப்போதாவது தொந்தரவு தருகிறது, ஏனெனில் அவை நம்பகத்தன்மையை தவறாக வழிநடத்தும் விஷயங்களை அல்லது நிறுவனங்களை வழங்குகின்றன.

இருந்தபோதிலும், தரம் தவிர்க்க முடியாத அளவுக்கு குறைவாக உள்ளது. மேலும் இறக்குமதி செய்யவும்

129. தொலைநிலை அணுகலுக்கான தந்திரங்கள்

தொலைநிலை அணுகல் தந்திரத்திற்கு யாராவது உங்களைத் தொடர்புகொண்டு, உங்கள் சாதனத்தை மற்றவர்கள் அணுக அனுமதிக்கும் மென்பொருளை உங்கள் தொலைபேசி அல்லது கணினியில் பதிவிறக்கம் செய்ய வேண்டும். தொலைநிலை அணுகல் மோசடி செய்பவர்கள் வெவ்வேறு சங்கங்களை முன்வைக்கின்றனர், ஆனால் நீங்கள் விரும்பாத பதிவுகளுக்கான வரம்புகளைப் பெற உங்களுக்கு உதவ உத்தரவாதம், டெவலப்பர்களைப் பெற அல்லது குறிப்பிட்ட சிக்கல்களைச் சமாளிக்க உதவுங்கள்.

உங்கள் சாதனத்தில் அணுகல் பகிரப்படும் போது, மோசடி செய்பவர்கள் தங்கள் வழக்குகளை சட்டப்பூர்வமாக்குவதற்கு திரையில் நீங்கள் பார்ப்பதற்கு சில கட்டளைகளை

வைத்திருப்பார்கள் மற்றும் உங்கள் வலை வங்கியைப் பெறுவதற்கு அதிக நேரம் உங்களைத் தடுக்கிறார்கள். வர்த்தகம் செய்ய நீங்கள் நெருங்கி வரலாம் அல்லது மோசடி செய்பவர் உங்கள் நல்வாழ்வுக்காக இந்தப் பயிற்சிகளை முடிக்க பாதுகாப்புக் குறியீடுகளைப் பகிர்ந்து கொள்ளலாம்.

இந்த அணுகல் உங்கள் தனிப்பட்ட தகவலைத் திருட அல்லது உங்கள் அன்புக்குரியவர்களின் தகவலை அணுகுவதற்குப் பயன்படுத்தப்படலாம்.

130. ரான்சம்வேர்

ரான்சம்வேர் என்பது ஒரு வகையான தீம்பொருள் ஆகும், இது உங்கள் கணினியை மாசுபடுத்துகிறது, இது தனியாக அல்லது வணிகத் தரவை பூஜ்ஜியமாக்குகிறது. உங்கள் அறிக்கைகள் குறியாக்கம் செய்யப்பட்டுள்ளன, மேலும் அணுகலை மீட்டெடுக்க நீங்கள் பணம் செலுத்த வேண்டும் என்று திரையில் ஒரு செய்தியைப் பெறுவீர்கள்.

131. ஆபத்து மற்றும் தண்டனை பயங்கரவாத தந்திரங்கள் மற்றும் அபராதங்கள்

பிளாக்மெயில் என்றும் அழைக்கப்படுகின்றன, இதில் கலைஞர்கள் உடல் அல்லது உளவியல் ரீதியான தீங்கு, பிடிப்பு, சட்ட நடவடிக்கை அல்லது பிற கோரிக்கைகளைப் பயன்படுத்தி பணம் அல்லது உங்கள் தனிப்பட்ட தகவல்களைப் பெறுவதற்கான தந்திரங்கள்.

132. தள்ளுபடி மிரட்டி பணம் பறித்தல்

தள்ளுபடி மிரட்டி பணம் பறித்தல் என்பது தனிநபர் அல்லது நிதி நன்மைக்காக உங்கள் சொந்த தகவல்களை போதுமான அளவு எடுத்துக்கொள்வதற்கான கண்காட்சியாகும்.

மோசடி செய்பவர்கள் உங்கள் லெட்ஜர்களை அணுகலாம், உங்கள் பெயரில் முன்னேற்பாடுகளுக்கு விண்ணப்பிக்கலாம், ஃபோன் திட்டங்கள் அல்லது பிற ஒப்பந்தங்களை எடுக்கலாம், உங்கள் பெயரில் பொருட்களை வாங்கலாம், பிற தனிப்பட்ட அல்லது முக்கியத் தரவை அணுகலாம் அல்லது போதுமான தனிப்பட்ட தரவு மூலம் நண்பர்கள் மற்றும் குடும்பத்தினரை ஏமாற்ற உங்களைப் போல் ஆள்மாறாட்டம் செய்யலாம்.

எடுக்கப்பட்ட தனிப்பட்ட தகவல்கள் தொடர்ந்து சட்டவிரோதமாக விற்கப்படுவதால், தொலைந்து போன தனிப்பட்ட தகவல்கள் உங்களை எதிர்கால ஏமாற்று அல்லது தந்திரங்களுக்கு எதிராக வெளிப்படுத்தும்.

தகவல் மீறல்களை விவரிக்கும் நிறுவனங்களின் அதிகரிப்புடன், தீங்கு விளைவிக்கும் கேளிக்கையாளராால் நியமிக்கப்படுவதற்கு மாறாக,

தகவல் மீறல் காரணமாக உங்கள் சொந்த தரவின் ஒரு பகுதி சமரசம் செய்யப்படலாம் என்பதைப் புரிந்துகொள்வது அவசியம்.

குற்றவாளிகள் எவ்வாறு அதைப் பெறுகிறார்கள் என்பதைப் பொருட்படுத்தாமல், உங்கள் சொந்தத் தகவலை அம்பலப்படுத்துவது அல்லது சமரசம் செய்வது நீண்ட கால விளைவுகளை ஏற்படுத்தும்.

உங்கள் நுணுக்கங்கள் தரவு முறிவுடன் பூட்டப்பட்டிருந்தால், உங்கள் செல்வாக்கு பெற்ற தகவல் மற்றும் அதைப் பற்றி சங்கம் என்ன செய்கிறது என்பதைப் பற்றி உங்களால் எவ்வளவு முடியுமோ அதைக் கண்டறிய கணிசமான தொகையைக் குறிக்கிறது. கூடுதல் தகவலுக்கு இணையதளத்தைப் பார்வையிடவும்.

133. மால்வேர்

மால்வேர் என்பது உங்கள் சாதனங்கள், வணிகம் அல்லது நிறுவனத்துடன் போதுமான அளவு நெருங்கிப் பழகுவதற்குக் கலைஞர்கள் பயன்படுத்தும் பொதுவான முறையாகும். இந்தத் தகவல் வங்கி விவரங்கள் முதல் சுகாதாரப

பதிவுகள், தனிநபர்களிடமிருந்து வரும் செய்திகள் மற்றும் கடவுச்சொற்கள் வரை எதுவாகவும் இருக்கலாம். தீம்பொருள் நிறுவனங்கள் அல்லது சங்கங்களில் பெருமளவில் உள்ளடக்கப்பட்டுள்ளது, செய்திகள் அல்லது எஸ்எம்எஸ் மூலம் அனுப்பப்படுகிறது, ஆனால் தீங்கிழைக்கும் விளம்பரங்கள், அங்கீகரிக்கப்படாத நிரலாக்க அடித்தளங்கள் அல்லது மாசுபடுத்தப்பட்ட பயன்பாடுகள் மூலம் பதிவிறக்கம் செய்யலாம்.

நோய்கள், ட்ரோஜான்கள், ஸ்பைவேர் மற்றும் ரான்சம்வேர் ஆகியவை தீம்பொருளின் பல்வேறு வகைகளாகும்.

தீம்பொருளின் அறிகுறிகள் மற்றும் சந்தர்ப்பங்கள் உங்களிடம் மால்வேர் இருப்பதற்கான அறிகுறிகள் உங்கள் திட்டம் உங்கள் ஆர்வங்களை திசைதிருப்புகிறது.

இடைவிடாத பழிவாங்கல்கள்.

உங்கள் முரண்பாடு மெதுவாக உள்ளது.

தவணைகளில் உள்ள நுணுக்கங்கள் அல்லது வேறு பணம் பெறுபவருக்கு மாறுதல் போன்ற குறிப்பிடத்தக்க தரவு மாற்றங்கள்,

உதவிக்கு உங்கள் சாதனத்தை சிறப்பு ஐடி நிபுணரிடம் கொண்டு செல்லுங்கள்.

134. வர்த்தக மோசடி

செய்பவர்கள் உங்களுக்கு பணம் அல்லது நீங்கள் வர்த்தகம் செய்ய விரும்பும் பொருட்களை ஏமாற்றுவதற்காக வாடிக்கையாளர்களாகவும் வியாபாரிகளாகவும் நடிக்கலாம். நீங்கள் எதையாவது செலுத்தினால், அது இனி இருக்காது.

வாங்குபவராக, இல்லாத அல்லது தெரிவிக்கப்படாத ஒரு பொருள் அல்லது நிறுவனத்திற்கு பணம் செலுத்துவதில் நீங்கள் ஏமாற்றப்படலாம். இவை பொதுவாக வெப் ஷாப்பிங் மோசடி, க்ளாசிஃபைடு மோசடி, செழிப்பு மற்றும் மருத்துவ மோசடி, காம்பாக்ட் பிரீமியம் நிறுவனங்களின் மோசடி அல்லது மன

மற்றும் தெளிவான ஏமாற்று வித்தைகள் என்று அழைக்கப்படுகின்றன.

விற்பனையாளராக, வாங்குபவர் முழுவதுமாக செட்டில் செய்துவிட்டாலோ அல்லது விளம்பரப்படுத்தப்பட்ட தொகையை விட அதிகமாக செலுத்திவிட்டாலோ நீங்கள் ஏமாற்றப்படலாம். அதிக கட்டணம் அல்லது தனிப்பட்ட செலவுகள் காரணமாக வாடிக்கையாளர் தள்ளுபடியைக் கேட்கலாம் அல்லது உங்கள் பதிவில் பணம் சேர்க்கப்படவில்லை என்பதைக் கண்டறியலாம்.

135. வேலை பறித்தல் மற்றும் திடுக்கிடும் பணத் தந்திரங்கள்

பொருட்கள், தயாரிப்பு அல்லது பங்குகளுக்கு முன்பணமாக உங்களுக்கு வேலை வழங்கப்படும், ஆனால் வேலை இல்லாவிட்டாலும் அல்லது உங்கள் முதலீட்டை மீட்டெடுக்க முடியாமலும்

இருந்தால், வேலை பறித்தல் ஏற்படுகிறது. விண்ணப்ப சுழற்சியின் ஒரு அங்கமாக, உங்கள் ஓட்டுநரின் மானியத்தின் நகல் அல்லது அடையாளம் காணக்கூடிய ஆதாரத்தைக் குறிப்பிடுவதன் மூலம் ஒரு போலி மேற்பார்வையாளர் உங்கள் தகவலைப் பெறலாம்.

ரிவார்டு அல்லது வின் மோசடி என்பது நேர்மையான பகுதியை உருவாக்குவதற்கு அல்லது உங்கள் சொந்த நுணுக்கங்களைக் கொடுத்து பணம் அல்லது கௌரவத்தைப் பெறுவதற்கு நீங்கள் நெருக்கமாக இருக்கும் இடயாகும். இந்த சண்டைக்காட்சிகள் யரபுரிமைய, இறையாண்மை, தள்ளுபடி, கீறல், பயணப் பரிசு, லாட்டரி அல்லது கூடுதல் ஏமாற்றுதல்கள் என தொடர்ந்து அறியப்படுகின்றன.

136. மின்னஞ்சல் கணக்கு முடக்கம் மோசடி

அங்கீகரிக்கப்பட்ட தளத்திலிருந்து ஒரு ஈமெயில் வரும் அதில் நமது கணக்கு மூடப்பட்டது அல்லது முடக்கப்பட்டது, எனவே கணக்கை புதுப்பிக்க நமது ஐடியை மீண்டும் உள்நுழையவும் அல்லது அங்கீகரிக்கவும் என்று ஒரு ஈமெயில் வரும் அதுவும் இன்று ஒருநாள் மட்டுமே அவகாசம் எனவே விரைந்து முடிக்கவும் என்று வரும். நாமும் கணக்கை மூடிவிடுவார்கள் என்று பயந்து யூசர் நேம் மற்றும் பாஸ்வோர்ட் மற்றும் ஆதெண்டிகேசன் என அனைத்தையும் கொடுத்துவிடுவோம் பின் மோசடி செய்பவர் மிக மிக சுலபமாக பணத்தை எடுத்துவிடுவார்

137. ஆன்லைன் டெலிவரி ஓடிபி மோசடி

டெலிவரி பிரதிநிதியிடமிருந்து ஒரு அழைப்பு வரும் அதில் பார்சேல் வைத்திருப்பதாகவும் அதற்கு பணம் செலுத்தவேண்டும் என்றும் கூறுவார், நாமும் எந்த பொருளும் ஆர்டர் செய்யவில்லை என்றதும் ஆர்டர்ஜ கேன்சல் செய்ய ஓடிபி சொல்லவேண்டும் என்று கூறுவார்கள், நாம் ஓடிபி சொன்னதும் வங்கியிலிருந்து பணம் போகும்

138. தங்க சங்கிலி இலவசமாக சுத்தம் செய்துதரும் மோசடி

நமது வீட்டுக்கு ஒரு விற்பனை பிரதிநிதி வருவார் அவர் நமது தங்கநகைகளை இலவசமாக சுத்தம் செய்துதரப்படும் என்றும் கூறுவார், இந்த யுக்தி பெரும்பாலும் வயது முதியோரும் மற்றும் இல்லத்தரசைகள் இருக்கும்போது நடைபெறும், நாமும் இலவசமாக சுத்தம் செய்ய நகைகளை கழட்டி கொடுப்போம், நகைகளும்

சுத்தம்செய்யப்பட்டு பளபள வென கொடுப்பர்,
பின் அந்த நகையை பார்த்தால் தான் தெரியும்
அந்தநகைகளில் சில கிராம்கள் காணாமல்
போயிருக்கும்

139. போக்குவரத்து அல்லது அரசு சலான் மோசடி

நமக்கு ஆன்லைனில் பணம் கட்டச்சொல்லி ஒரு
சாலன் வரும் அதுவும் அரசு போக்குவரத்து துறை
அல்லது ஏதேனும் அரசாங்க துறையிடமிருந்து
சலான் வரும் அதனை கட்ட தவறினால்
நடவடிக்கை எடுக்கப்படும் என்றும் இருக்கும்
எனவே நாமும் அதனை கட்டிவிடுவோம் பின்பு
தான் தெரியும் அது மோசடி என்று

140. தொலைக்காட்சி

விளம்பரங்கள் மோசடி

எப்பொழுதாவது ஏதேனும் ஒரு தொலைக்காட்சியில் ஒரு குறிப்பிட்ட கவர்ச்சிகரமான விளம்பரம் வரும் அதில் ஒரு குறிப்பிட்ட பொருள் குறைந்த விலைக்கு குறைந்த நாட்களுக்கு கிடைக்கும் என்று வரும் அதனை நம்பி நாமும் அந்த பொருளை ஆர்டர் செய்துவிடுவோம் ஆனால் தொலைக்காட்சி விளம்பரங்களில் காட்டப்பட்ட நல்ல தயாரிப்பு பொருளுக்கு பதிலாக போலி அல்லது மோசமான தயாரிப்பு பொருள் கிடைக்கும்

141. ஏல ஆரம்ப கட்டணம் மோசடி

ஒரு பொருள் மிகமிக குறைந்த விலையில் கிடைக்கும் என்று விளம்பரம் நமக்கு வந்து சேரும் நாமும் அதனை வாங்க சென்றால் அந்த பொருள் மிகவும் டிமாண்ட் உள்ள பொருள் எனவே அதற்கு ஏலம் விடப்படும் அதற்கு நாம் ஒரு

முன்தொகை செலுத்தவேண்டும்என்றிருக்கும் நாமும் முன்தொகை செலுத்தினால் அது குழுக்கள் செய்யப்பட்டு வேறுஒரு நபருக்கு சென்றுவிட்டது என்று நம்மை மோசடி செய்துவிடுவார்கள்

142. ஆன்லைன் ஸ்ஃபின்னிங் வீல் அல்லது ஸ்கிராச் கார்டு மோசடி

ஆன்லைன் ஸ்ஃபின்னிங் வீல் அல்லது ஆன்லைன் ஸ்கிராச் கார்டு செய்தால் பணம் கிடைக்கும் அதற்கு நாம் ஒரு தொகை செலுத்தவேண்டும் என்று கூறப்படும் நாமும் பணம் செலுத்தினால் பெயருக்கு ஒரு ஆறுதல் பரிசு தந்து பணம் கிடைக்கவில்லை என்று மோசடி செய்துவிடுவார்கள்

143. அரசிடமிருந்து ஒதுக்கப்பட்டுள்ள திட்டதிற்கு இந்த எண்ணைத் தொடர்பு கொள்ளவும்

ஏதேனும் ஒரு சுவரொட்டி விளம்பரத்தில் அரசிடமிருந்து ஒரு சிறப்பான திட்டம் ஒதுக்கப்பட்டுள்ளதாகவும் அந்த திட்டத்தை பயன்பெற விரும்பினால் இந்த எண்ணைத் தொடர்பு கொள்ளவும் என்று இருக்கும் நாம் தொடர்புகொண்டு பேசினால் அது அரசாங்க எண்ணாக இருக்காது மேலும் மோசடி செய்பவர் நம்மை கவரும் வகையில் பேசி நம்மிடமிருந்து பணத்தை பறித்துவிடுவார்

144. புனித நீர் அல்லது ஆயுர்வேத நீர் மோசடி

ஆன்லைனில் வரும் விளம்பரங்கள் புனித தளத்திலிருந்து வந்த நீர் எனவும் அது ஆயுர்வேத நீர் எனவும் கூறி சாதாரண பைப் நீரை கொடுத்து ஏமாற்றிவிடுவார்கள்

145. போதை அல்லது அழகு கலை காளான் மோசடி

போதை அல்லது உடல் அழகு மிளிர காளான் உள்ளதாகவும் அது மிக விலையுயர்ந்த காளான் எண்டு கூறி கெட்டுப்போன காளானை நம்மிடம் கொடுத்து ஏமாற்றிவிடுவார்கள்

146. சினிமா கூட்ட நிதி மோசடி

கிரௌட் பண்டிங் எனப்படும் கூட்டாக சேர்ந்து படம் எடுக்கும் யுக்தியை பயன்படுத்தி மோசடி செய்பவர்கள் சினிமா படம் எடுப்பதுபோல நம்மிடம் கூறி பணத்தை வாங்கி ஏமாற்றிவிடுவார்கள்

147. ஆன்லைன் விமர்சன மோசடி

பணம் கொடுத்தால் ஆன்லைனிலில் நல்ல ரிவியூ கொடுப்பதாக கூறி நம்மிடம் பணத்தை பெற்றுக்கொண்டு பெயருக்கு சிலரிவியூ கொடுத்து நம்மை ஏமாற்றிவிடுவார்கள்

148. சமூக வலைத்தளங்களில்

பார்வையாளர்களை அதிகரிக்க மோசடி

சமூக வலைத்தளங்களில் பார்வையாளர்களை அதிகரித்து தருவதாக கூறி நம்மிடம் அதிக தொகையை பெற்று சில சமூக வலைத்தளங்களை பயன்படுத்தி பார்வையாளர்களை அதிகரித்ததாக கூறி நம்மை மோசடி செய்துவிடுவார்கள்

149. பங்கு வர்த்தகம் அல்லது கமாடிட்டி வர்த்தக மோசடி

பங்கு சந்தையில் வர்த்தகம் அல்லது கமாடிட்டி சந்தையில் வர்த்தகம் செய்து லட்ச கணக்கில் பணம் பெறமுடியும் என்று கூறி நம்மிடம் பணத்தை பெற்று பங்கு சந்தையிலும் கமாடிட்டி சந்தையிலும் முதலீடு செய்யாமலேயே முதலீடு செய்ததாக கூறி போலி ஆன்லைன் பாத்திரங்களை காட்டி அதில்தான் முதலீடு செய்துள்ளதாகவும் அது அதிக லாபம் பெறலாம் என்று கூறி நம்மை

போலி பங்கு சந்தையிலும் கமாடிட்டி சந்தையிலும் உள்ளே நுழையவைத்து ஏமாற்றி பணத்தை பிடுங்கி விடுவராகள்

150. பென்சில் பாக்ஸ் நிரப்பும் மோசடி

ஒரு பெரு நிறுவனத்திடமிருந்து பென்சிலும் பாக்ஸ்சும் தனித்தனியே வரும் அதனை பென்சில் பாக்ஸ் நிரப்பி கொடுத்தல் பணம் என கூறி அதற்கு முன் பணம் வேண்டும் அதனை ஆன்லைனில் அனுப்பவேண்டும் என்று கூறி பணத்தை பெற்று தலை மறைவாகிவிடுவார்கள்

151. பழைய பழம்பொருட்கள்

மற்றும் சிலைகள் மோசடி

பழைய பழம்பொருட்கள் மற்றும் சிலைகளும் குறைந்தவிலைக்கு தன்னிடம் உள்ளதாகவும் அது உண்மை என்றும் கூறி பணத்தை பெற்றுக்கொண்டு முற்றிலும் பிரதியை நம்மிடம் கொடுத்து ஏமாற்றிவிடுவார்கள்

152. விலையுயர்ந்த வாட்ச் அல்லது கேஜெட்டுகள் குறைந்த விலை மோசடி

விலையுயர்ந்த வாட்ச் அல்லது கேஜெட்டுகள் குறைந்த விலையில் தங்களிடம் உள்ளதாகவும் அது புதிய ஒன்று என்றும் கூறி பணத்தை பெற்றுக்கொண்டு பழைய ஓடாத வாட்ச் அல்லது கேஜெட்டுகளை நம்மிடம் கொடுத்து ஏமாற்றிவிடுவார்கள்

153. திருட்டுப் பொருள் குறைந்த விலையில் கிடைக்கும் நம்பவைத்து மோசடியில்

வெளிநாடுகளில் திருடப்பட்ட பொருட்கள் குறைந்த விலையில் கிடைக்கும் நம்பவைத்து அதற்கு முன் பணம் வேண்டும் அதனை ஆன்லைனில் அனுப்பவேண்டும் என்று கூறி பணத்தை பெற்று தலை மறைவாகிவிடுவார்கள்

154. சொத்துக்கள் அடமானம் மோசடி

விலையுர்ந்த பொருட்களையும் சொத்துக்களையும் அடமானம் வைத்து பணம் பெற்றுக்கொண்டு தலைமறைவாகிவிடுவார்கள் இறுதியில் தான்

தெரியவரும் அது போலி சொத்துக்கள் அல்லது திருடப்பட்ட சொத்துக்கள் என்று

155. அரசு மானியம் மோசடி

விவசாயம் அல்லது தொழில் துவங்க அரசு மானியம் வாங்கி தருவதாகவும் அதற்கு பணியாளர்களுக்கு லஞ்சம் தர முன்பணம் வேண்டும் என்றும் கூறி நம்மிடம் பணத்தை பெற்று ஏமாற்றிவிடுவார்கள்

156. புதுப்பித்தல் பொருட்கள் மோசடி

மொபைல், வண்டி போன்ற புதுப்பிக்கப்பட்ட பழைய பொருட்கள் புத்தம்புதியதாக உள்ளதாக

கூறி பழைய பொருட்களை கொடுத்து ஏமாற்றிவிடுவார்கள்

157. கிரிடிட் கார்டு ரிவார்டு மோசடி

நம்மிடம் உள்ள கிரிடிட் கார்டுகளில் அதிக பாயிண்ட்ஸ் உள்ளதாகவும் அதனை ரீவீயில் செய்து தருவதாகவும் கூறி கார்டின் பின் CVV போன்ற அனைத்தையும் பெற்று ஏமாற்றிவிடுவார்கள்

158. போலி வரி மோசடி

நமக்கு ஆன்லைனில் வெளிநாட்டிலிருந்து பொருள் வந்துள்ளதாகவும் அது வரி காட்டாமல் நம்முடைய பெயருக்கு வந்துள்ளதால் அதற்கு வரி கட்ட வேண்டும் இல்லாவிட்டால்

நடவடிக்கை எடுக்கப்படும் என்று கூறி போலி வரி கட்டவைத்து ஏமாற்றிவிடுவார்கள்

159. கார், மொபைல் தயாரிப்பு அல்லது விலையுயர்ந்த தயாரிப்பு முன்பதிவு மோசடி

கார், மொபைல் போன்ற ஆடம்பர பொருட்கள் குறைந்தவிலைக்கு தயாரிக்கப்பட்டு விநியோகிக்கப்படும் என்று கூறி அந்த விலையுயர்ந்த தயாரிப்புக்கு முன்பதிவு தேவைப்படுவதாக கூறி அனைவரிடமும் பணம் பெற்று ஏமாற்றி விடுவார்கள்

பழைய மோசடி பற்றிய

குறிப்புகள் - வரலாறு

160. ஸ்பானிஷ் கைதிகளின் மோசடி:

பதினெட்டாம் நூற்றாண்டின் பிற்பகுதியில் ஸ்பெயின் சிறையில் இருந்த கைதி, பணக்கார உறவினரை அழைத்துச் செல்ல முயன்றதாக குற்றம் சாட்டப்பட்டவர், உதவிக்காக ஒரு நல்ல நிதி மேலாளரை அணுகுகிறார், மேலும் சிறைக் கடிகாரங்களைச் செலுத்துவதற்கு ஒரு சிறிய தொகையை வாக்குறுதியளித்து ஏமாற்றுகிறார். அந்த ஆசீர்வாதத்திற்கான பரிமாற்றம்.

161. ஒரு தனிப்பட்ட நபரின் கடிதம்

இது பதினெட்டாம் ஆண்டின் பிற்பகுதியிலும் பத்தொன்பதாம் நூற்றாண்டின் நடுப்பகுதியிலும் நடந்ததாகக் கூறப்படுகிறது. ஒரு தனிப்பட்ட நபரின் கடிதம் ஐயா, உங்களுக்குத் தெரியாத ஒருவரின் கடிதத்தைப் பார்த்து நீங்கள் ஆச்சரியப்படுவீர்கள், ஆனால் இந்த கடிதம் உங்களுக்கு உதவும், ஏனெனில் யாராவது உங்களிடம் உதவி கேட்பார்கள், நீங்கள் ஒப்புக்கொண்டால் உங்களிடமிருந்து நிறைய பணம் கிடைக்கும்.

162. மிரட்டி பணம் பறித்தல்

பொது பெட்ரோல் பார்ட்னர்ஷிப்பின் மேற்பார்வையாளர் எங்கள் நிதி இருப்பு மற்றும் பிற முக்கிய தனிப்பட்ட தகவல்களைப் பற்றி பொய் சொன்னார், அவர் எங்கள் லெட்ஜருக்கு நிறைய பணத்தை நகர்த்த வேண்டும் என்றும் அதில் 30% செலுத்த வேண்டும் என்றும் கூறினார்.

163. ஆட்சியாளர் மோசடி

கணிசமான அளவு பணத்தை திருட முயற்சிப்பதாகவும், அவருக்கு உதவியதற்கு குறிப்பிடத்தக்க வெகுமதியைப் பெறுவோம் என்றும் கூறி இறையாண்மை நம்மை தவறாக வழிநடத்துகிறார்.

மோசடி செய்பவர்கள் தங்களைத் தொடர்புகொள்வதற்காக நம்மைக் கவரும் வகையில், அவர்களை இன்னும் காற்றில் நிலைநிறுத்த, ஈர்க்கும் கலைஞர்களின் படங்களையோ அல்லது மடலின் புகைப்படங்களையோ பயன்படுத்துகிறார்கள். இந்தப் போலிப் புகைப்படம், போலிப் பெயர், போலிப் பகுதி, எல்லாமே போலியானது, இந்தக் கும்பல்களைக் கண்டறிவது கடினம் மற்றும் அதிர்ச்சியூட்டும் வகையில், அவர்கள் இயற்றப்பட்ட வற்புறுத்தலுடன் தொடர்புடையவர்கள் என்பதால், அவற்றைக் கண்டறிவது மிகவும் கடினம்.

மோசடி நபர்களிடம் அடிக்கடி மாடல்கள் அல்லது கேளிக்கையாளர்களின் புகைப்படங்கள் இருப்பதில்லை, அதனால் அவர்கள் பாதிக்கப்பட்டவர்களை வீடியோ அழைப்புகளில் சந்திக்க மாட்டார்கள். நேருக்கு நேர் சந்திப்பது கடினம். அதேபோல், இளம் பெண்கள் நாங்கள் தங்கள் முகத்தைக் காட்டினால் முட்டாள்தனமாக இருப்பார்கள், அவர்கள் நம்மை ஏமாற்றுவார்கள், பயணம் செய்வது, அழிக்கப்பட்ட வெப்கேம் வைத்திருப்பது, இராணுவத்தில் இருப்பது அல்லது வெளிநாட்டில் வேலை செய்வது போன்றவற்றைக் கருதி அவர்கள் தங்கள் தோற்றத்தைக் காட்ட வேண்டாம் என்று விரும்புவார்கள்.

164.
குறிப்பிடப்படும் நபரை ஏமாற்றுதல் அல்லது

குறிப்பிடப்படும் நபரை தவறாக வழிநடத்துதல்

மோசடி செய்பவர்கள் நம்மை நம்ப வைப்பதிலும், நம்மை ஏமாற்றுவதிலும் சிறந்தவர்கள், அவர்களுக்கு நம்முடன் விளையாடத் தெரியும், நம் மனதைக் கட்டுப்படுத்துவதில் அவர்கள் சிறந்தவர்கள். நீண்ட கவர்ச்சியான பேச்சுக்கள்.

மெய்நிகர் திசைதிருப்பல் மூலம் எங்களுடன் பேச ஆரம்பித்தோம், எங்களுடன் பழகினோம், ஒரு குறிப்பிட்ட காலத்திற்குள் நாங்கள் எங்கள் தொடர்புகள் அனைத்தையும் மோசடி செய்பவர்களுடன் பரிமாறிக்கொண்டோம், அவர்கள் முதலில் ஒரு சிறிய தொகையை எடுத்து குறிப்பிட்ட தேதியில் திருப்பிக் கொடுத்தார்கள்.

ஷாப்பிங், ஃபோன் ரீசார்ஜ் செய்தல், விமானப் பயணம், குடும்ப உறுப்பினருக்கான மருத்துவச் செலவுகள், கல்விச் செலவுகள், உணவு கொள்முதல், பரிசுகள் மற்றும் சிறிய வாகனங்கள் போன்ற பணத்திற்கான வட்டியைத் தொடங்க

சிறிய அளவிலான பணம் அடிக்கடி பயன்படுத்தப்படுகிறது.

மோசடி செய்பவரின் நாட்டிற்கு வருவதற்கு நாங்கள் அன்பாகவும் அழகாகவும் இருக்கிறோம், அவர்கள் எங்களுக்கு வழங்கும் பரிசுகளுக்கான கடமைகளைச் செலுத்துவதில் நாங்கள் ஏமாற்றப்படுகிறோம் அல்லது அவர்களின் குடும்பத்திற்காக குறிப்பிடப்பட்ட பரிசுகள் எங்களிடம் இல்லையென்றால் நிறுவன அதிகாரிக்கு உந்துதல்களை வழங்குகிறோம். உறுப்பினர்கள் மற்றும் அவர்கள் எங்கள் பணத்தை கொள்ளையடிக்கவும் கொல்லவும் அனுமதிக்கிறார்கள்.

முழுவதுமாக வெளிப்பட்ட பிறகுதான், நாம் ஏமாற்றப்பட்டிருக்கிறோம் என்பது நமக்குத் தெரியும். கிரிமினல் குழுக்கள் - கிரிமினல் குழுக்கள் திருடர்கள் சமூக ஊடகங்கள் அல்லது ஆன்லைன் பொழுதுபோக்கைப் பயன்படுத்தி உலகம் முழுவதும் தனிமையில் இருக்கும் மக்களைக் கண்டுபிடித்து, அன்பு மற்றும் பாசத்திற்கான தவறான ஆசையுடன் நம்மை ஈர்க்கிறார்கள். டேட்டிங் இடங்கள், பொது எலக்ட்ரானிக் டைவர்ஷன் கணக்குகள்,

குறிப்பிட்ட ஏற்பாடு செய்யப்பட்ட இடங்கள் மற்றும் ஆன்லைன் சமூக சந்தர்ப்பங்கள் மூலம் ஏமாற்றுக்காரர்கள் எங்கள் சுயவிவரங்களுக்கு உதவுகிறார்கள். பொதுவாக எங்கள் மின்னஞ்சல் முகவரி, தொலைபேசி எண், மின்னணு கேளிக்கை கணக்கு எண் போன்ற தனிப்பட்ட தகவல்களை எங்களுடன் சார்ந்து தயாரிக்கும்.

மோசடி   செய்பவர்கள்
தனிமைப்படுத்தப்படவில்லை, எந்த நேரத்திலும் நாம் அனுப்பும் மின்னஞ்சல் அல்லது உரைக்கு பதிலளிக்க முடியும். எனவே அவர்கள் எங்களுடன் ஒரு டன் காதல் கொண்டவர்கள் என்பதை நாங்கள் மேலும் ஏற்றுக்கொள்கிறோம், அதுவே அவர்கள் எங்கள் செய்திகளுக்காக அதை ஒன்றாக வைத்திருப்பதன் மூலம் நாங்கள் முழுமையாகப் பிடிக்கப்படுகிறோம். .

165. இலக்கு பொருளாதாரம்

மோசடி செய்பவர்கள் பழையதை முடிந்தவரை அடிக்கடி கவனிக்கிறார்கள், ஏனென்றால் அவர்கள்

மீண்டும் மீண்டும் அசாதாரண சொத்துக்களை வைத்திருப்பதால், அவர்கள் திருடப்பட்டிருந்தால் அதைச் சொல்ல முயற்சிக்கவும் சிந்திக்கவும் மிகவும் தயங்குகிறார்கள்.

166. வெளிநாட்டு பணம் மோசடி

மோசடி செய்பவர்கள் எங்களுக்கு ஏராளமான பணத்தை அனுப்புகிறார்கள், அதைப் பெறுவதற்கு நம் நாட்டில் கட்டணம் செலுத்த வேண்டும் என்று கோருகிறார்கள், பிறகு கட்டுப்படுத்தப்பட்ட தொகையை வாரியாகக் காட்டுகிறோம், பிரம்மாண்டமான மொத்தத் தொகை தோன்றும் என்ற எண்ணத்தில் பணத்தைக் கட்டுகிறோம், பின்னர், எதுவும் இல்லை. மொத்தம் பதிவு மற்றும் வரத்துக்குள் வருகிறது, பின்வாங்குவதைக் கருத்தில் கொள்ள முடியாத அளவுக்கு நாங்கள் ஏமாற்றப்பட்டுள்ளோம் என்பதை நாங்கள் புரிந்துகொள்கிறோம்.

167. விமானப் பதிவுகளுக்கு பணம்

மோசடி செய்பவர்கள் இயக்கத் தாள்கள் அல்லது விமானப் பதிவுகளுக்கு பணம் செலுத்துவதாகக் கூறி எங்களிடமிருந்து பணத்தை ஏமாற்றுகிறார்கள், மேலும் அவர்களது ஆரம்ப நாட்டில் உறவினர் ஒருவர் பிணைக்கப்படுகிறார் என்று கற்பனை செய்து அவர்களை மாற்றி அனுப்புவதன் மூலம் அவர்களுக்கு உதவுகிறோம். மிரட்டி பணம் பறிப்பவர்கள் கடைசி வரை வெளியில் வரமாட்டார்கள் மற்றும் அபிவிருத்தி நிபுணர்களால் பிடிபட்டதாக உறுதி செய்தும், தீர்வுகளை தெரிவிப்பதற்காக எங்களிடம் இருந்து பணம் பறிக்கப்பட்டது. அவர்கள் பயங்கரமான தொகையைக் கோருகிறார்கள், நாங்கள் பணத்தை அனுப்பும்போது அவர்கள் எங்கள் தொடர்பைத் துண்டித்தனர்

168. தங்கம், ரத்தினங்கள் மோசடி

அவர் தங்கம், ரத்தினங்கள் அல்லது சேகரிக்கக்கூடிய அல்லது முற்றிலும் முக்கியத்துவம் வாய்ந்த கட்டுரையைக் கருத்தில் கொண்டதாகக் கூறி நம்மை ஏமாற்றுகிறார், மேலும் உள்ளூர் அதிகாரசபையானது பொறுப்பு அல்லது தானே செலுத்துவதாகக் குறிப்பிடுகிறது. .

169. இணையத்தில் பேச மோசடி

பணம் எங்களுடன் இணையத்தில் பேச வேண்டும் என்று அவர் உண்மையிலேயே நம்புவதாகக் கூறி நம்மைத் தவறாக வழிநடத்துகிறார், நாங்கள் அதைக் கொடுத்தால் அவருக்கு வீடியோ அழைப்பு வரும்

170. பதவி மோசடி

அவர் தவறுதலாக ஒரு பதவியில் அமர்த்தப்பட்டதால், அவர்களை விடுவிக்க பணம் தேவைப்படுவதால், அவர் பணம் கேட்டு நம்மை ஏமாற்றுகிறார்.

171. அவசர மருத்துவ பணம் மோசடி

அவசர மருத்துவ மனைக்கு பணம் தேவை எனக் கூறி ஏமாற்றுபவர்கள், உறவினர்கள் நாம் என்ன சொல்கிறோம் என்பதைப் புரிந்துகொண்டு அவர்களிடமிருந்து தப்பிக்கப் பணம் தேவை என்று பாசாங்கு செய்து பணம் கேட்டு நம்மை ஏமாற்ற முயற்சிக்கிறார்.

172. தனிமையில் இருப்பவர்களை மிரட்டி அல்லது விசாரணை செய்வதாக மோசடி

தனிமையில் இருப்பவர்கள், வயதானவர்கள் மற்றும் அறிவுப்பூர்வமாக முயற்சித்தவர்கள் அவர்களைத் தேடிப் பார்த்து முறையிடுங்கள். இப்போதே தோன்றும் விமானக் கட்டணத்தை எதிர்பார்த்து நீங்கள் அவர்களுடன் வாழலாம் என்று அவர்கள் உங்களை நம்ப வைப்பார்கள். இல்லையென்றால், அவர்களின் முகத்தையும் நம் முகத்தையும் வீடியோவில் வைத்து, சிறிது நேரம் கழித்து அந்தக் கணக்குகளை நண்பர்கள் மற்றும் குடும்பத்தினரிடம் காட்டி, பணத்திற்காக அவர்களிடம் சமரசம் செய்து கொள்ளலாம் என்ற நோக்கத்துடன் அதை மாற்றிவிடுவார்.

173. டேட்டர்களின் மோசடி

ஒரு தனி நபர் ஒரு நாட்டிற்குக் கண்ணுக்குத் தெரியப்படுத்தப்படுகிறார், அங்கு அவர் ஏமாற்றப்பட்டு, குறுகிய காலத்தில் பணத்தைச் சுமக்கத் தூண்டப்படுகிறார். அதிகப்படியான தங்குமிடம், விலையுயர்ந்த பிஸ்ட்ரோ, விலையுயர்ந்த டாக்சி மற்றும் எலக்ட்ரானிக் பொருட்கள், அதிகப்படியான ஃபர் துண்டுகள் மற்றும் பிற பரிசுப் பொருட்கள் உட்பட பல்வேறு விலையுயர்ந்த பொருட்களுக்கு செலவழிக்க வேண்டிய கட்டாயத்தில் இருக்கிறோம். ஏஜென்டுகள், மேலாளர்கள் என அனைவராலும் கருதப்படும் அனைத்தும் அதன் ஒரு பகுதி. குறுகிய காலத்தில் அதிகம் செலவழிக்க நம்மைக் கட்டுப்படுத்தியது என்ன என்பது வெளிப்படும். நாங்கள் எழுந்த பிறகு, பொருட்களை ஏற்றுமதி செய்பவர்களுக்குத் திருப்பித் தருவதன் மூலம் நாங்கள் முற்றிலும் தவறாக வழிநடத்தப்படுகிறோம், மேலும் நகைகளை விரைவாகக் கவரத் தயாராகி, பணத்தைக்

கைவிடுவதால், அதிர்ச்சியூட்டும் வகையில், நாங்கள் திரும்பிய பிறகு, அவர்கள் பணத்திற்காக நம்மைத் தொந்தரவு செய்கிறார்கள்.

174.
மரணதண்டனை மோசடி

மரணதண்டனை மோசடி செய்பவர்கள் எங்கள் லெட்ஜர் எண்கள், மற்றும் பிற தகவல்களைப் பெறுகிறார்கள். நாங்கள் அவரை நம்புவதால் அனைத்து தகவல்களையும் அவருக்கு வழங்குகிறோம். பொது அதிகாரம் ஒரு நகர்வைச் செய்த பிறகு, நிதி இருப்புத் தவறாகப் பிரதிநிதித்துவம் செய்வது முன்பு இருந்ததைப் போல எளிதானது அல்ல. நீண்ட நாட்களாக இப்படியே காசு எடுத்து வந்தனர். பொதுவாக, மோசடி செய்பவர்கள் பணத்தை அனுப்பிய பிறகு செயலாக்குகிறார்கள். கம்பி இடமாற்றங்கள் சரியானவை, மீள முடியாதவை மற்றும் கண்டுபிடிக்க முடியாதவை. தனிப்பட்ட

அடையாள ஆதாரம் அடிக்கடி தேவைப்படாது, மேலும் பெறப்பட்ட பணத்திற்கு ரசீது தேவையில்லை.

175. வங்கி தகவல் மோசடி

வங்கி தகவல் மற்றும் எங்களிடம் இருந்து நேர்மையற்ற முறையில் பெறப்பட்ட தரவுகள் பொதுவாக நகலெடுப்பதில் விற்கப்பட்ட மார்க் டவுன் ஆகும்.

மோசடி செய்பவர்கள் பயன்படுத்தும் போலி ஃபோன் மற்றும் இணையதளம், தனிப்பட்ட முறையில் அடையாளம் காணக்கூடிய எந்த ஆதாரத்தையும் வழங்காமல் சிறிய சிம் கார்டுகள் மற்றும் கையடக்க சாதனங்களை வாங்க அனுமதிக்கின்றன. இதைப் பொருட்படுத்தாமல், அந்த தொலைபேசி எண்களைக் கண்டுபிடித்தால், அவர்கள் பழைய போனை தூக்கி எறிந்துவிட்டு வேறு தொலைபேசிக்கு மாற்றுவார்கள்

மோசடிகளில் பெரும்பாலும் பயன்படுத்தப்படும் செய்திகள் ஸ்பேம் செய்திகள். செயற்கைக்கோள் இணைய இணைப்புகளை கையாள்வதுடன், பல கற்பனையான நிறுவனங்கள் மோசடிகளில் பயன்படுத்தப்படும் பதிவுகளை வழங்குகின்றன.

ஃபிஷிங்கைத் தோற்கடிப்பதற்கான அல்லது ஃபிஷிங்கிற்கு விரோதமான ஃபிஷிங்கைத் தவிர்ப்பதற்கான வழிமுறைகள் ஃபிஷிங் மெயில் மூலம் சல்லடை போடுவதைத் தவிர்ப்பதற்கான சில ஸ்பேம் சேனல்கள் தங்கள் பெறுநர்களின் இன்பாக்ஸிற்கு வழங்கப்படும் ஃபிஷிங் செய்திகளின் எண்ணிக்கையைக் குறைக்கலாம். ஃபிஷிங் சந்தேகத்திற்குரிய தள எச்சரிக்கை ஃபிஷிங்கை எதிர்த்துப் போராடுவதற்கான மற்றொரு நன்கு அறியப்பட்ட உத்தி, அறியப்பட்ட ஃபிஷிங் இடங்களின் தீர்வறிக்கையை வைத்திருப்பது மற்றும் உண்மையில் தீர்வறிக்கைக்கு எதிராக தளங்களைப் பார்ப்பது ஆகும். இந்த சேனல்கள் பல்வேறு முறைகளைப் பயன்படுத்துகின்றன, இதில் வழக்கமான மொழி கையாளுதல் நெருங்கி வருதல் மற்றும் இயந்திர கற்றல். அத்தகைய ஒரு உதவியானது பாதுகாக்கப்பட்ட ஆய்வு சேவையாகும்.

அறியப்பட்ட ஃபிஷிங் இடைவெளிகளை வெளியேற்றும் ஒரு குறிப்பிட்ட டிஎன்எஸ் நிறுவனத்திற்கு மாற்றுவதை உள்ளடக்கியது: இது வலை விளம்பரங்களைத் தடுக்க ஹோஸ்ட்கள் கோப்பைப் பயன்படுத்துவதைப் பிரதிபலிக்கிறது மற்றும் எந்த உலாவியுடனும் இணக்கமானது.

பல இணையதள உரிமையாளர்கள், முறையான இணையதளங்களின் படங்களை (லோகோக்கள் போன்றவை) பயன்படுத்தி, முறையான இணையதளங்களைப் பின்பற்றும் ஃபிஷிங் தளங்களின் சிக்கலைத் தணிக்க, ஒரு இணையதளம் போலியாக உருவாக்கப்படலாம் என்று பார்வையாளர்களுக்குப் பரிந்துரைப்பதற்காக படங்களை மாற்றியுள்ளனர். படத்தை வேறொரு கோப்புப் பெயருக்கு நகர்த்தலாம் மற்றும் முதலில் நிரந்தரமாக மாற்றியமைக்கப்படலாம், அல்லது படம் வழக்கமான ஆய்வுக்கான ஒரு அங்கமாக குறிப்பிடப்படவில்லை என்பதை சர்வர் உணர்ந்து அதற்கு பதிலாக ஒரு அறிவுறுத்தல் படத்தை அனுப்பலாம்.

176. இரகசிய வெளிப்பாடு மற்றும் உள்நுழைவு நீட்டித்தல் மோசடி

வாடிக்கையாளர்களுக்கு ஒரு அசாதாரண படத்தை தேர்ந்தெடுக்க வேண்டும் என்று கோரும் பல்வேறு வகைகளில் ஒன்றாகும், மேலும் இந்த கிளையன்ட் தேர்ந்தெடுக்கப்பட்ட படத்தை மர்ம வெளிப்பாட்டைக் குறிப்பிடும் கட்டமைப்புகளுடன் காட்டுகிறது. வங்கியின் ஆன்லைன் சேவைகளின் வாடிக்கையாளர்கள் தாங்கள் தேர்ந்தெடுத்த படத்தை மதிப்பாய்வு செய்த பின்னரே ரகசிய விசையை உள்ளிட ஊக்குவிக்கப்படுகிறார்கள். பொருட்படுத்தாமல், இரண்டு வாடிக்கையாளர்கள் படங்கள் கிடைக்காதபோது தங்கள் கடவுச்சொற்களை உள்ளிடாமல் இருக்க முயற்சி செய்கிறார்கள் என்பதை ஓரிரு மதிப்பீடுகள் காட்டுகின்றன.

177.
அடையாளம்காட்டி மோசடி

ஒரு உறவினர் அமைப்பு, பொதுவாக உருவாக்கப்பட்ட "அடையாளம்காட்டி" ஒரு மறைக்கப்பட்ட பெட்டியில் ஒரு நிறமிடப்பட்ட வார்த்தையைக் கொண்டிருக்கும், ஒவ்வொரு தள கிளையண்டிற்கும் காட்டப்படும், மற்ற நிதி நிறுவனங்களில் பயன்படுத்தப்படுகிறது.

பாதுகாப்பு தோல்கள் என்பது ஒரு இணைக்கப்பட்ட முறையாகும், இது உள்நுழைவு கட்டமைப்பில் கிளையன்ட் தேர்ந்தெடுத்த படத்தைப் பயன்படுத்தி, கட்டமைப்பு உண்மையானது என்பதைக் காட்டுகிறது. செக்யூரிட்டி ஸ்கின்கள் இருப்பினும், எலக்ட்ரானிக் பிக்சர் சதித்திட்டங்களைப் போலல்லாமல், படம் கிளையன்ட் மற்றும் பயன்பாட்டிற்கு இடையே மட்டுமே பிரிக்கப்படுகிறது, கிளையன்ட் மற்றும் இணையதளம் அல்ல. இந்த ஏற்பாடு மேலும்

பொதுவான ஒப்புதல் நிகழ்ச்சியை நம்பியுள்ளது, இது வாடிக்கையாளரை வெறும் உறுதிப்படுத்தல் திட்டங்களை பாதிக்கும் தாக்குதல்களுக்கு எதிராக குறைவான பாதிப்பை ஏற்படுத்துகிறது.

178. படங்கள் உள்நுழைவு மோசடி

மற்றொரு உத்தியானது ஒவ்வொரு உள்நுழைவு முயற்சிக்கும் வெவ்வேறு படங்களை சுவாரஸ்யமாக வரிசைப்படுத்துவதை நம்பியுள்ளது. கிளையன்ட் அவர்களின் முன் தேர்ந்தெடுக்கப்பட்ட வகுப்புகளுடன் (கோரைகள், வாகனங்கள் மற்றும் பூக்கள் போன்றவை) பொருந்தக்கூடிய படங்களை அங்கீகரிக்க வேண்டும். அவர்கள் தங்கள் வகுப்புகளுடன் தொடர்புடைய படங்களைத் துல்லியமாகக் கண்டறிந்தவுடன், உள்நுழைவை முடிக்க எண்ணெழுத்து ரகசிய விசையை உள்ளிட மட்டுமே அனுமதிக்கப்படுவார்கள். தனிப்பட்ட

பட அடிப்படையிலான உறுதிப்படுத்தல் முறையானது, உள்நுழைவிற்கான ஒரு முறை ரகசிய சொற்றொடரை உருவாக்குகிறது, கிளையண்டின் ஆற்றல்மிக்க வேலை தேவைப்படுகிறது, இணையதளத்தில் பயன்படுத்தப்படும் நிலையான படங்களை விட ஃபிஷிங் தளம் சரியாகத் திரும்பத் திரும்புவது கடினம். வாடிக்கையாளரின் ரகசிய வகைகளைக் கொண்ட இலக்கின்றி உருவாக்கப்பட்ட படங்களின் மாற்று கட்டத்தைக் காட்டுவதற்கு.

179. சரிபார்த்தல் மற்றும் அகற்றுதல் மோசடி

பல நிறுவனங்கள் நேர அமைப்புகளை வங்கிகளுக்கு வழங்குகின்றன மற்றும் ஃபிஷிங் இணையதளங்களை திரையிடவும், ஆய்வு செய்யவும் மற்றும் மூடுவதற்கு உதவவும் ஃபிஷிங் மோசடிகளுக்கு எதிராக சக்தியற்ற பல்வேறு இணைப்புகளை வழங்குகின்றன. ஃபிஷிங் உள்ளடக்கத்தின் நவீனமயமாக்கப்பட்ட

ஒப்புதலானது நேரடி நடவடிக்கைக்கான அங்கீகரிக்கப்பட்ட நிலைகளைப் பொருத்தவரை குறுகியதாக உள்ளது, உள்ளடக்க அடிப்படையிலான மதிப்பீடு வெற்றியை அடைகிறது எனவே பெரும்பாலான கருவிகள் வெளிப்படுத்தலை உறுதிசெய்வதற்கும் பதிலுக்கு ஆதரவளிப்பதற்கும் கையேடு உந்துதல்களை ஒருங்கிணைக்கின்றன. நோக்கமுள்ள மற்றும் தொழில்துறை ஒன்றுகூடல்களுக்கு, ஃபிஷிங்கை வெளிப்படுத்துவதன் மூலம் தனிநபர்கள் பங்களிக்க முடியும். ஃபிஷிங் இணையப் பக்கங்கள் மற்றும் செய்திகள் வழங்கப்படலாம்.

180. வர்த்தக உறுதிப்படுத்தல் மற்றும் ஸ்டாம்பிங்

வங்கி வர்த்தகங்களின் உறுதிமொழி மற்றும் ஒப்புதலுக்கான இரண்டாவது சேனலாக கச்சிதமான தொலைபேசி ஐப் பயன்படுத்தும் திட்டங்கள் இதேபோல் வெளிவந்துள்ளன.

181. பல்வேறு சோதனை மோசடி

இணைப்புகள் இரண்டு-காரணி அல்லது பல-அடுக்கு ஒப்புதல் (MFA) செய்ய முடியும், இதற்கு வாடிக்கையாளர் 2 காரணிகளைப் பயன்படுத்த வேண்டும். (உதாரணமாக, ஒரு கிளையன்ட் ஒரு திறமையான அட்டை மற்றும் ஒரு மர்ம வார்த்தை இரண்டையும் கொடுக்க வேண்டும்). இது ஒரு சக்திவாய்ந்த ஃபிஷிங் தாக்குதலின் போது, பாதுகாக்கப்பட்ட அமைப்பைக் கூடுதலாக உடைக்க, எடுக்கப்பட்ட மர்ம நிலையை மீண்டும் பயன்படுத்த முடியாது என்ற பந்தயத்தின் ஒரு பகுதியை இது குறைக்கிறது. இருப்பினும், கணிசமான எண்ணிக்கையிலான வழக்கமான அமைப்புகளைத் தவிர்க்கக்கூடிய சில தாக்குதல் உத்திகள் உள்ளன. எம்எப்ஏ திட்டங்கள் இந்த சிக்கலை திட்டத்தின் மூலம் தீர்க்கின்றன.

182. மின்னஞ்சல் உள்ளடக்கம் திருத்தம்

வசதிக்காக பாதுகாப்பில் கவனம் செலுத்தும் இணைப்புகள், தங்கள் மடிக்கணினிகளின் வாடிக்கையாளர்களுக்கு மின்னஞ்சல் செய்திகளிலிருந்து யுஆர்எல்களை மாற்றியமைக்கும் மின்னஞ்சல் கிளையண்டைப் பயன்படுத்த வேண்டும், எனவே மின்னஞ்சலைப் பார்ப்பவர் இணைப்பைத் தட்டவோ அல்லது யுஆர்எல் ஐ நகலெடுக்கவோ முடியாது. இது சிக்கல்களை ஏற்படுத்தினாலும், இது அடிப்படையில் மின்னஞ்சல் ஃபிஷிங் தாக்குதல்களைத் தடுக்கிறது.

சிறப்பு எதிர்வினைகளின் வரம்புகள் ஃபிஷிங் எதிர்ப்புத் தொழில்நுட்பங்கள் அறிமுகப்படுத்தப்பட்ட பின்னரும் ஃபிஷிங் சிக்கல்கள் நீடிக்கின்றன. ஏனெனில் ஃபிஷிங் என்பது "மனித குறைபாடுகளை சாதகமாக்குவதற்கான ஒரு இயந்திர முறை" மற்றும் தொழில்நுட்ப முன்னேற்றங்கள் மனித

பலவீனங்களை முழுமையாக ஈடுசெய்ய முடியாது என்று கட்டுரை வாதிடுகிறது. அதிகாரபூர்வ எதிர்வினைகள் சிறப்பு மற்றும் அதிகாரபூர்வமான கூறுகளில் வளங்களை முதலீடு செய்வது ஃபிஷிங்கிற்கு எதிரான பாதுகாப்பை பாதிக்கும் என்பதை ஆராய்ச்சியாளர்கள் கண்டறிந்துள்ளனர். நிறுவனங்கள் தங்களின் பயிற்சியில் சமூக-குறிப்பிட்ட மாறுபாடுகளை ஒருங்கிணைத்து ஏற்றுக்கொள்வதன் மூலம் அவர்களின் குறிப்பிட்ட பயிற்சியில் இருந்து விலகிச் செல்ல முடியும் என்று தேர்வுகள் கண்டறிந்துள்ளன.

நியாயமான பதில்கள் அதிகாரத்துவ பரிவர்த்தனை ஆணையத்திடம் புகாரைப் பதிவு செய்வதற்கான சிறந்த வழி குறித்த வீடியோ வழிகாட்டுதல் ஃபிஷிங் செய்ததாகக் குற்றம் சாட்டப்பட்ட இளைஞருக்கு எதிராக முதல் உரிமைகோரலைப் பதிவு செய்தது. ஃபிஷர்களைக் கண்டுபிடித்து பிடிப்பதன் மூலம் மற்ற நாடுகளும் இதைப் பின்பற்றுகின்றன.

ஃபிஷிங்கை எதிர்த்துப் போராட சங்கங்களும் இதேபோல் இணைகின்றன.

எப்படி செய்யப்படுகிறது

திருடப்பட்ட படங்கள்

மோசடி செய்யும் கயவர்கள் கவர்ச்சிகரமாக உள்ள நடிகைகளின் படங்களையோ அல்லது மடலின் திருடப்பட்ட புகைப்படங்களைப் பயன்படுத்தி நம்மை அவர்களிடம் தொடர்பு கொள்ள தூண்டும் நோக்கத்திற்காக அவர்களின் தனிப்பட்ட சுயவிவரங்களை உருவாக்குகின்றனர். இதன் மூலம் போலியான புகைப்படம், போலியான பெயர், போலியான முகவரி என அனைத்தும் போலியானவை இந்த குற்றம் செய்யும் கயவர்களை தேடி கண்டுபிடிப்பது கடினம், அதுவும் ஒழுங்குபடுத்தப்பட்ட வகையில் மோசடியில் ஈடுபடுவதால் அவர்களை அடையாளம் காண்பது மிக கடினம்

நேரில் சந்திப்பது கடினம்

மோசடி செய்யும் கயவர்களிடம் நடிகை அல்லது மாடல் பெண்களின் புகைப்படங்கள் பெரும்பாலும் குறைவாகவே இருப்பதால் மோசடி செய்பவர்கள் பாதிக்கப்பட்டவர்களை நேரிலோ அல்லது காணொளி அழைப்பில் சந்திப்பதில்லை. மேலும் பெண்களின் முகங்களை காட்டச்சொன்னால் எதையாவது சொல்லி

நழுவிவிடுவார்கள் மேலும் முகங்களைக் காட்ட விரும்பாத காரணத்தால் பயணத்தில் உள்ளது போலவும், உடைந்த வெப் கேமராவைக் கொண்டிருப்பது போலவும், ராணுவத்தில் அல்லது வெளிநாட்டில் பணியாற்றுவது போல பாசாங்கு செய்து நம்மை ஏமாற்றுவார்கள்

நம்மை ஏமாற்றுதல்

மோசடி செய்யும் கயவர்கள் நம்மை நம்பவைத்து ஏமாற்றுவதில் வல்லவர்கள் நம்மை வைத்து எப்படி விளையாடுவது என்பதை நன்கு அறிந்தவர்கள் நம் உளவியலை கையாளுவதில் திறமைசாலிகள் உதாரணமாக நமக்கு காதல் கவிதைகளை அனுப்புவதிலிருந்து, மின்னஞ்சல்கள் மூலம் பாலியல் வீடியோக்கள் அனுப்புதல் போன்ற விஷங்களும், அன்பாக பேசுவதிலும் நாம் விரைவில் திருமணம் செய்துகொள்வோம் போன்ற பொய்யான வாக்குறுதி குடுத்பத்தில் மூலம் நம்மை ஏமாற்றுகின்றனர்.

நம்மிடம் சமூக ஊடகத்தின் வழியாக பேச ஆரம்பித்து நன்கு பழகி நம்மிடம் மிகவும் பரிச்சயமாகி நாமும் மோசடி செய்யும் கயவர்களும் ஒரு குறிப்பிட்ட கால

இடைவெளிக்குள் நமது அனைத்து தொடர்புகளும் பரிமாறப்பட்டு அவர்கள் முதலில் சிறு தொகையை பெற்று அதனை சொன்ன தேதியில் திருப்பி கொடுத்து பெரிய தொகை கூறப்படுகிறது பின் மோசடி நபர்கள் நிமிடம் உள்ள தவறான உறவை வெளியில் சொல்லிவிடுவதைய் கூறி மிரட்டி பணம் பறிக்கின்றனர்

பணம் கேட்க ஆரம்பிக்கப்படுவது பெரும்பாலும் சிறிய தொகையான சில்லறை தேவைகளுக்கான பணம், போன் ரீசார்ஜ் பணம், பேருந்து கட்டணம், விமான கட்டணம், உறவினருக்கு மருத்துவச்செலவு, கல்வி செலவு, உணவுக்கான பணம், பரிசு பொருட்கள் வாங்க பணம், சிறிய வாகனங்கள் வாங்க பணம் என பல வழிகளில் பணம் பறிக்க படுகிறது

மோசடி செய்யும் நபரின் சொந்த நாட்டிற்கு வர நாம் அன்பாகவும் பரிவுடனும் பேசி அழைக்கப்படலாம், சில நேரங்களில் நாம் அவர்களின் குடும்ப உறுப்பினர்களுக்காகக் கேட்கப்பட்ட பரிசு பொருட்கள் இல்லாவிட்டால் அவர்கள் தரும் பரிசு பொருட்களுக்கு வரி செலுத்த அல்லது அரசு அதிகாரி போல படிப்பவருக்கு லஞ்சம் என பல இடங்களில் ஏமாற்றப்படுவோம்

மேலும் அவர்கள் நம்மிடமுள்ள பணத்தை கொள்ளையடிக்கப்படுவதற்கும், கொலை செய்யப்படுவதற்கும் வழிவகைசெய்கிறது

நாம் முழுமையாக பாதிப்படைந்த பின் தான் நாம் மோசடி செய்யப்படுவதை அறிகிறோம்

183. குற்றவியல் குழுக்கள்

உலகெங்கிலும் உள்ள தனிமையான மக்களை கண்டறிய சமூக ஊடகத்தின் வழியாகவோ அல்லது சமூக பொறியியலின் உதவியுடனோ குற்றவியல் சம்பவத்தில் தொடர்புள்ளவர்கள் நம்மை காதல் மற்றும் காதல் பற்றிய தவறான ஆசை காட்டி ஏமாற்றுகின்றனர். மோசடி செய்யும் கயவர்கள் டேட்டிங் சம்பந்தமான வலைத்தளங்கள், பொது சமூக ஊடக கணக்குகள், ஏதேனும் குறிப்பிட்ட வகைப்படுத்தப்பட்ட இணையதளங்கள் மேலும் இணையதள குழுக்களின் வழியே நமது சுயவிவரங்களை பெறுகின்றனர் மோசடி செய்யும் கயவர்கள் பொதுவாக நம்மிடம் நம்பிக்கையை வளர்க்க நம் மின்னஞ்சல், தொலைபேசி எண், சமூக ஊடக

கணக்கு எண் போன்ற தனிப்பட்ட தகவல்களை பெற்றுவிடுகின்றனர்

மோசடி செய்யும் கயவர்கள் தனியாக இல்லாமல் குழுவாக இருப்பதால் நாம் அனுப்பும் மின்னஞ்சல் அல்லது குறுஞ்செய்திகளுக்கு எந்த நேரத்திலும் பதில் அனுப்ப முடியும். எனவே நாமும் அவர்கள் நம்மேல் மிகவும் காதல்வயப்பட்டுள்ளார் எனவேதான் நம் செய்திக்காக காத்திருக்கின்றனர் என எண்ணிவிடுகிறோம் நாம் முழுவதுமாக மாட்டிக்கொள்கிறோம் . .

இலக்கு புள்ளிவிவரங்கள்

பெரும்பாலும் வயதானவர்களையே மோசடி செய்யும் கயவர்கள் குறிவைக்கின்றனர் ஏனென்றால் அவர்கள் பெரும்பாலும் நல்ல சொத்துக்கள் வைத்துள்ளார் மேலும் களவு போனால் அதனை வெளியில் சொல்ல வெட்கப்படுவார்கள்

184. விலகி வர பணம் மோசடி

நம்மிடம் பேசுவது உறவினருக்கு தெரிந்து விட்டதாகவும் அவர்களை விட்டு விலகி வர பணம் தேவைப்படுவதாக கூறி ணம் கேட்டு நம்மை ஏமாற்றுவார்

185. பிராண்ட் மோசடி

வழக்கம் போல் சில எச்சரிக்கை அறிகுறிகள் உள்ளன. ஏதேனும் ஒரு பிராண்ட் அல்லது நிறுவனம் அமைக்கப்பட்டுள்ளதா அல்லது புத்தம் புதிய பெயர் உள்ளதா? விர்ச்சுவல் டைவர்ஷன் கணக்கு பிராண்டால் வழக்கமாகப் பயன்படுத்தப்படும் பதிவுடன் பொருந்துகிறதா - இது பொதுவாக அதன் தளத்தில் பதிவு செய்யப்படும் - அல்லது அது ஒரு குறிப்பிட்ட நிறுவனத்திற்கு வெளியே உள்ள ஒருவருடன் இடம் பெற்றுள்ளதா? உங்களுக்குத் தெரிந்த ஒருவர் ஒரு இடுகையை வேண்டுமென்றே பகிர்ந்துள்ளார்களா அல்லது மறு ட்வீட் செய்திருக்கிறார்களா அல்லது அவர்கள் ஹேக் செய்யப்பட்டார்களா அல்லது அதே கணக்கில் நண்பர் சில ஆச்சரியமான செய்திகளைப் பகிர்வது

போல் தோன்றினால் அல்லது பதவி உயர்வு நடக்கிறது என்று நீங்கள் நினைத்தால் சரிபார்ப்பது நல்லது. நீங்கள் சேர்ந்த குழு. கணக்கு. சரிபார்க்க அவர்களுக்கு செய்தி அனுப்பவும்.

186. ஆன்லைன் டைவர்ஷன் மோசடி

இணைய அடிப்படையிலான பொழுதுபோக்கின் மூலம் செய்தி அல்லது முன்னேற்றம் குறித்து நீங்கள் கவலைப்பட்டால், நிறுவனம் அல்லது அவர்களின் அதிகாரப்பூர்வ ஆன்லைன் பொழுதுபோக்கு பதிவுகள் அல்லது மின்னஞ்சல் மூலம் நீங்கள் எப்போதும் தொடர்பு கொள்ளலாம்.ஒரு இடுகை அல்லது செய்தியில் எந்த தொடர்பும் இல்லை என்பதைக் சரிபார்க்கவும், ஏனெனில் இவை உங்களை மோசடி நபர்களின் வலைகளில் விழச்செய்யும்.

இடுகை அல்லது செய்தியைப் புறக்கணிக்கவும் அல்லது வேறு எதுவும் வேலை செய்யவில்லை எனில் வலை பொழுதுபோக்கு நிர்வாகத்திற்கு புகாரளிக்கவும். எடுத்துக்காட்டாக, பேஸ்புக் ஒரு

ரிப்போர்ட் போஸ்ட் இணைக்கப்பட்டுள்ளது. இடுகையின் மேல் வலது மூலையில் உள்ள மூன்று புள்ளிகளைக் கிளிக் செய்து, ஆதரவைக் கண்டுபிடி அல்லது இடுகையைப் புகாரளி என்பதைத் தேர்ந்தெடுக்கவும்.

187. விர்ச்சுவல் டைவர்ஷன் மோசடி

விர்ச்சுவல் டைவர்ஷன் மோசடிகள் ஏறக்குறைய பல மில்லியனை எடுத்துக்கொண்ட அப்ஹோல்ட்கள், தற்போதைய கண்ணோட்டத்தை அமைதியான முறையில் வைத்து தொடர்கிறது. தீம்பொருளைக் கொண்ட இணைப்பைத் தட்டுவதற்கு உங்களை ஊக்குவிக்கும் நோக்கத்துடன் உங்கள் செய்தி ஊட்டங்களில் பல்வேறு இடுகைகளைக் காண்பிப்பதன் மூலம் அவை செயல்படுகின்றன.

188. ஆன்லைன் பிளாக்மெயிலின் ஆலோசனை

உங்களை வேறொரு பக்கத்திற்கு அழைத்துச் செல்லும் மற்றும் விருதுக்கு உத்தரவாதம் அளிக்கும் இணைப்புகளைக் கொண்ட இடுகைகள் நன்கு அறியப்பட்ட தயாரிப்புகளில் குறைந்த விலையில் வழங்கப்படும் இடுகைகள் ஆன்லைன் சில்லறை விற்பனையாளரிடமிருந்து வாங்குவதற்கு முன், நிறுவனத்தின் தகவலைத் தொடர்ந்து சரிபார்க்கவும்.

189. போலி சில்லறை விற்பனை

போலி இணையதளம் மூலம் ஆன்லைனில் ஷாப்பிங் செய்வது அல்லது முறையான சில்லறை விற்பனையாளரின் இணையதளத்தில் ஒரு போலி

விளம்பரம் இணைய ஷாப்பிங் மோசடிகளுக்கு எடுத்துக்காட்டுகள்.

பல ஆன்லைன் வணிகர்கள் உண்மையானவர்கள் என்ற உண்மை இருந்தபோதிலும், மோசடி செய்பவர்கள் இணையத்தின் அநாமதேயத்தைப் பயன்படுத்தி அறியாத வாடிக்கையாளர்களை ஏமாற்றுவது சோகமானது.

உண்மையில் ஆன்லைன் சில்லறை விற்பனைக் கடைகளாகத் தோன்றும் போலி சில்லறை இடங்களை அமைக்க மோசடி செய்பவர்கள் மிகத் தொலைதூர முன்னேற்றத்தைப் பயன்படுத்துகின்றனர். அவர்கள் தற்போதைய திட்டங்கள் மற்றும் திட்டங்களைப் பயன்படுத்தலாம், ஒருவேளை எடுக்கப்பட்ட லோகோக்கள் மற்றும் சான்றளிக்கக்கூடிய சில்லறை விற்பனையாளரின் ஸ்பேஸ் பெயரைப் பயன்படுத்தலாம்.

190. போலி நகல்

இந்த இடங்களின் ஈர்க்கக்கூடிய பகுதியானது ஆடை, வைரங்கள் மற்றும் உபகரணங்கள் போன்ற

குறிப்பிடத்தக்க பிராண்டுகளின் ஆடம்பரமான பொருட்களை நம்பமுடியாத அளவிற்கு குறைந்த செலவில் வழங்குகிறது. இப்போது மீண்டும் நீங்கள் நியாயமான எதையும் பெறுவீர்கள். பெரும்பாலான சந்தர்ப்பங்களில், நீங்கள் வாங்கியது நீங்கள் நினைத்ததை நகலெடுக்கும்.

சில்லறை விற்பனை தளம் ஒரு மோசடி என்பதற்கான சிறந்த அறிகுறி பகுதி முறை. பணக் கோரிக்கை, முன் ஏற்றப்பட்ட பண அட்டை அல்லது வயர் பரிமாற்றத்துடன் பணம் செலுத்துமாறு ஏமாற்றுபவர்கள் உங்களிடம் கேட்பார்கள். இருப்பினும், இந்த வழிகளில் உங்கள் பணத்தை அனுப்பினால், நீங்கள் அதை மீண்டும் பார்க்கவோ அல்லது உங்கள் வாங்குதலை ஏற்கவோ வாய்ப்பில்லை.

ஆன்லைன் ஷாப்பிங் மோசடிகளில் மேலும் ஒரு மாறுபாடு போலியான மின்னணு கடைகளை அமைப்பதற்கு மெய்நிகர் கேளிக்கை நிலைகளைப் பயன்படுத்துகிறது. கடைகளை திருடுபவர்கள் அடிக்கடி குறுகிய காலத்திற்கு செயல்படுகிறார்கள் மற்றும் போலியாக குறிக்கப்பட்ட ஆடைகள் அல்லது கற்களை விற்கிறார்கள். பல்வேறு

ஏற்பாடுகளுக்குப் பிறகு, கடைகள் காணாமல் போகின்றன. கூடுதலாக, மோசடி செய்பவர்கள் தங்கள் கற்பனையான வலைத்தளத்தை விளம்பரப்படுத்த ஆன்லைன் பொழுதுபோக்கைப் பயன்படுத்துகிறார்கள், எனவே இணையப்பக்கம் விளம்பரப்படுத்தப்பட்டது அல்லது ஆன்லைனில் பகிரப்பட்டது என்பதற்காக அதை நம்ப வேண்டாம். ஒரு போலி டிரான்ஸ்போர்ட்டர் அல்லது ஆன்லைன் டைவர்ஷன் வெப் ஷாப்பிங் ஸ்டண்டைப் பார்ப்பதற்கான சிறந்த வழி, வாங்குவதற்கு முந்தைய மேலோட்டங்களைத் தேடுவதாகும்.

191. மின்னணு வளங்கள் நகர்வு அல்லது வயர் அமைப்பு

ஒரு பொருள் அற்புதமான நன்மைகள் அல்லது சிறப்பம்சங்கள் அல்லது நம்பமுடியாத குறைந்த விலையில் விளம்பரப்படுத்தப்படுகிறது.

மற்ற தரப்பினர் மின்னணு வளங்கள் நகர்வு அல்லது வயர் அமைப்பு மூலம் சுருக்கமான பகுதி அல்லது பகுதியைக் கோருகின்றனர். மிகவும் மலிவுத் திட்டம் அல்லது கிவ்எவேயைப் பெறுவதற்கு முன், வவுச்சர்களுக்கு முன்பணம் செலுத்தும்படி அவர்கள் கோரலாம்.

பொழுதுபோக்கு அடிப்படையிலான ஆன்லைன் ஸ்டோர் புத்தம் புதியது மற்றும் மிகக் குறைந்த விலையில் தயாரிப்புகளை வழங்குகிறது. கடையில் வெவ்வேறு போக்குவரத்து முறைகள் பற்றிய வரையறுக்கப்பட்ட தகவல்கள் மட்டுமே இருக்கக்கூடும்.

ஒரு இணைய அடிப்படையிலான சில்லறை விற்பனையாளர் பாதுகாப்பு, திசையின் ஏற்பாடுகள், கேள்வி நோக்கம் அல்லது தொடர்பு நுணுக்கங்கள் பற்றிய போதுமான தகவலை வழங்குவதில்லை. விற்பனையாளர் வெளிநாட்டில் இருக்கலாம் அல்லது வர்த்தகர் பாதுகாக்கப்பட்ட பகுதி அமைப்பின் மூலம் பகுதியை அனுமதிக்க மாட்டார், உதாரணமாக, பேபால் அல்லது விசா வர்த்தகம்.

192. திசைதிருப்பல்

இணையதளம் அல்லது ஆன்லைன் திசைதிருப்பல் பக்கம் தள்ளுபடி அல்லது மார்க் டவுன் நடைமுறை உள்ளதா மற்றும் அவற்றின் வழிமுறைகள் நியாயமானவையா என்பதைச் சரிபார்க்கவும். சிறந்த எலக்ட்ரானிக் ஷாப்பிங் மற்றும் டீல் பகுதிகளில் ஏதேனும் மோசமானதாக முடிந்தால், தனித்துவமான புகார் அல்லது கேள்வி மேலாண்மை நடைமுறைகள் உள்ளன.

நீங்கள் சில்லறை வலைத்தளங்களைப் பயன்படுத்தும் போது நீங்கள் இணைக்கும் நபர்களைப் பற்றி எச்சரிக்கையாக இருங்கள். நீங்கள் உள்ளூர் அல்லது வெளிநாட்டு வணிகத்தின் பொறுப்பில் உள்ளீர்களா மற்றும் நீங்கள் கோரும் பொருட்கள் வெளிநாட்டிற்கு அனுப்பப்படுமா என்பதைத் தீர்மானிக்க சில்லறை விற்பனையாளரை ஆராயவும்.

இணையத்தில் பணம் செலுத்தும் போது, பாதுகாக்கப்பட்ட பகுதி நிறுவனத்தைப் பயன்படுத்தி பொருள்களுக்கு மட்டும் பணம் செலுத்துங்கள் - " ஹெச்டிடிபிஎஸ் " மற்றும் மூடிய பூட்டுப் படம் அல்லது பேபால் போன்ற பகுதி

வழங்குநரைத் தேடுங்கள். பிட்காயின் போன்ற மெய்நிகர் நிதிக் கொள்கைகளைப் பயன்படுத்துவதைக் கருத்தில் கொள்ள சிறிது நேரம் ஒதுக்குங்கள் - மற்ற பரிமாற்ற உத்திகளைப் போல அவர்களுக்கு ஒப்பீட்டுப் பாதுகாப்பு இல்லை, எனவே நீங்கள் எந்தப் புள்ளியில் அனுப்பினாலும் உங்கள் பணத்தைத் திரும்பப் பெற முடியாது.

ரொக்கம், வயர் பரிமாற்றம், உலகளாவிய சொத்து பரிமாற்றம், முன்பணம் அட்டை அல்லது பிட்காயின் போன்ற மின்னணுப் பணமாக முன்பணம் கேட்கும் அசாதாரணத் திட்டத்தைத் தவிர்க்கவும். இவ்வாறு அனுப்பப்பட்ட பணத்தை மீட்பது அசாதாரணமானது. உங்களிடம் தொலைதூர துப்பு அல்லது நம்பிக்கை இல்லாத எவருக்கும் பணத்தை அனுப்பவோ அல்லது விசா அல்லது ஆன்லைன் பதிவு நுணுக்கங்களை வழங்கவோ வேண்டாம்.

193. கார்டு மோசடி

நீங்கள் இணையத்தில் எதையாவது வாங்கி, சிக்கல் இருந்தால், முதலில் சில்லறை விற்பனையாளர்

அல்லது நிறுவனத்திற்கு வருவதற்கான தெரிவியுங்கள்.

அவர்கள் கொடுக்கும் பதிலில் நீங்கள் திருப்தியடையவில்லை மற்றும் இது ஒரு மோசடி என நீங்கள் சந்தேகித்தால், நீங்கள் கார்டு மூலம் பணம் செலுத்துங்கள், உங்கள் பணம் தொடர்பான அனைத்துத்தகவல்களையும் பெறமுடியும் இன்சூரன்ஸ் வாங்க முடியும். உங்கள் நண்பர்கள் மற்றும் குடும்பத்தினரைப் பாதுகாக்க அவர்களை ஊக்குவிக்கவும்.

ஒயர் டிரான்ஸ்ஃபர்கள், ரொக்கம் அல்லது கிஃப்ட் கார்டு மூலம் பணம் செலுத்துமாறு சில்லறை விற்பனையாளர் உங்களிடம் கேட்கும்போது, கவனமாக இருங்கள். இந்த தற்போதைய சூழ்நிலையில், உங்கள் பணம் மோசடி செய்பவரின் பாக்கெட்டில் தெளிவாக விழும், நீங்கள் செலுத்தியதற்கு எந்தவித ஆதாரமும் கிடைக்காது. உங்களைப் பாதுகாத்துக் கொள்ள நீங்கள் எப்போதும் கிரெடிட் கார்டு அல்லது மற்றொரு பாதுகாப்பான தவணை முறை மூலம் பணம் செலுத்த வேண்டும்

194. செலவு மதிப்பீடு

உங்கள் சொந்த மதிப்பீட்டைச் செய்வதன் மூலமும், எதை பின் தொடருகிறார்கள் என்பதனை கவனம் செலுத்துவதன் மூலமும், ஒரு விஷயத்தைத் திறந்த நிலையில் கண்காணிப்பதன் மூலம் பொதுவான மோசடி மற்றும் தேவையற்ற இழப்புகளை கையாள்வீர்கள். ஒரு திட்டம் சான்றளிக்கக்கூடியதா அல்லது மோசடியா என்பதைப் பார்க்க, செலவு மதிப்பீடு உங்களுக்கு சிறந்த திறந்த கதவை அனுமதிக்கிறது. உங்களுக்குத் தேவையான அனைத்து ஆராய்ச்சிகளையும் நீங்கள் செய்யவில்லை என்றால், நீங்கள் விரும்புவதற்கு நிறைய பணம் இழக்கலாம் அல்லது ஒரு போலி ஒப்பந்தத்தில் கையெழுத்திடலாம்.

பணம் செலுத்த உங்கள் மாஸ்டர் கார்டை எப்போதும் பயன்படுத்த வேண்டியிருந்தாலும், உங்கள் பதிவுகளைச் சரிபார்ப்பது, மோசடியான பரிவர்த்தனைகளை விரைவாகக் கண்டறியவும், பிற ஆன்லைன் ஷாப்பிங் மோசடிகளைத்

தவிர்க்கவும் உதவும். உங்கள் பதிவு மாற்றங்களைத் தவறாமல் சரிபார்த்து, கார்டு கணக்குச் செயல்பாட்டைக் கட்டணம் வசூலிப்பது புத்திசாலித்தனமானது, இதன் மூலம் நீங்கள் அதிர்ச்சியூட்டும் செலவுகள் மற்றும் அங்கீகரிக்கப்படாத வாங்குதல்களை உணர முடியும். நீங்கள் செய்வீர்கள் என்று எதிர்பார்க்கிறீர்கள், உடனடியாக அதைப் புகாரளிக்கவும்.

195. தவறான பிரதிநிதித்துவங்கள்

மின்னஞ்சல் வற்புறுத்தலைத் தவிர்ப்பது கேள்விக்குரிய செய்திகளுக்கு பதிலளிக்காமல் இருக்க என்ன வேண்டுமானாலும் செய்யுங்கள்.

ஒருவரின் மின்னஞ்சல் முகவரி முடிந்தவரை ரகசியமாக வைக்கப்படுவதை உறுதி செய்தல்.

ஸ்பேம் சேனலைப் பயன்படுத்துதல்

அதிகாரப்பூர்வ தோற்றம் கொண்ட மின்னஞ்சலில் இவ்வளவு பெரிய அளவிலான மொழியியல்

தவறுகளைப் பார்த்தது. ஏராளமான கட்டுப்பாடற்ற செய்திகளைப் புறக்கணித்து அழித்தல்.

இணைப்பில் கிளிக் செய்யப்படவில்லை

வாடிக்கையாளர் நம்பும் ஒருவரிடமிருந்து தோன்றினாலும் இல்லாவிட்டாலும், எதிர்பாராத சங்கங்களைத் திறக்காமல் இருப்பது.

பல மின்னஞ்சல் நடிகர்கள் நோய்கள் அல்லது தீம்பொருளை செய்திகளுடன் தொடர்புபடுத்துகின்றனர்.

அறியப்படாத மூலங்களிலிருந்து சலுகைகளைப் புறக்கணித்தல்.

மின்னஞ்சலின் உள்ளடக்கங்கள் அதிகாரப்பூர்வ அல்லது முறையான ஒப்பந்தத்தை உருவாக்கவில்லை.

வெட்கம், கடமை அல்லது சங்கடத்தின் தாக்கங்களால் பல்வேறு ஏமாற்றுக்காரர்கள் நிபுணர்களிடம் தெரிவிக்கப்படுவதில்லை.

ஒரு சிறப்பு உதவி மோசடியின் அவுட்லைன்

அவற்றைத் தவிர்ப்பதற்கான மிகவும் பயனுள்ள முறை:

அவற்றைத் தவிர்ப்பதற்கான படிப்படியான வழிமுறைகள் உங்களை நீங்களே கேட்டுக்கொள்ளுங்கள்:

உங்கள் கணினியுடன் அவர்கள் எவ்வளவு பரிச்சயமானவர்கள்? எப்படியிருந்தாலும், உங்கள் கணினியில் ஒரு மோசடிக்காரருக்கு நீங்கள் அனுமதி வழங்குவீர்கள் என்று எதிர்பார்க்கலாம், உங்கள் பாதுகாப்பு நிரலாக்கத்தை விரைவாகப் புதுப்பித்து, முழுமையான முடிவை இயக்கவும், மேலும் அது ஆபத்தானது என்று கருதும் எதையும் அழிக்கவும். மேலும், உங்கள் பயனர்பெயர் மற்றும் ரகசிய வார்த்தையை நீங்கள் பகிர்ந்துள்ளீர்கள் என்பதை ஏற்றுக்கொண்டு, உடனடியாக அவற்றை மாற்றவும்.

தொழில்நுட்ப ஆதரவின் தந்திரங்கள் பொதுவானவை. பிளாக்மெயிலை எதிர்த்துப் போராட உதவுவதற்குப் புகாரளிக்கவும்.

196. பாப்-அப்கள்

ஒரு சிறப்பு உதவி தந்திரம் இது ஒரு வகையான மோசடி ஆகும், இதில் ஒரு மோசடி நபர் உண்மையான சிறப்பு உதவியை வழங்குவதாக நடிக்கிறார். இந்த நபர் நம்மை வெவ்வேறு வழிகளில் தொடர்பு கொள்ள முயற்சிக்கிறார், பெரும்பாலும் போலியான பாப்-அப்கள் மூலம் போலியான செய்திகள் அல்லது மிரட்டி பணம் பறித்து உத்தரவாதம் அளிக்கப்பட்டு இடங்களில் போலியான "உதவி எண்கள்" என்று தோன்றச் செய்து பணம் பறிக்கிறார். சிறப்பு உதவி சமூகத் திட்டமிடலைப் பயன்படுத்துவதோடு, தங்கள் PC அல்லது PDA இல் சிக்கல்கள் உள்ளதாக இழப்பை நம்பவைக்க, எடுத்துக்காட்டாக, மால்வேர் மாசுபாடு, பின்னடைவின் முரண்பாட்டுடன் எல்லாம் சரியாக இருக்கும் போது. மோசடி நபர் அவர்கள் கண்டுபிடித்ததாக உறுதியளிக்கும் சிக்கல்களை சரிசெய்வதற்குப் பின்னடைவைச் செலுத்துவார். மோசடி செய்பவர்களுக்கான பகுதிகள் மிகவும் உற்சாகமாகப் பின்தொடர வேண்டும் மற்றும் குறைவான வாங்குபவர் உறுதிப்படுத்தல்களைக் கொண்டிருப்பதால்,

அவர்களின் பணத்தை திரும்பப் பெறுவதற்கான உரிமம், பொதுவாக, பரிசு வவுச்சர்கள் மூலம்.

தொழில்நுட்ப ஆதரவால் பயன்படுத்தப்படும் தந்திரங்கள் பற்றிய ஆராய்ச்சியின் படி, டீன் ஏஜ் வயதுக்குட்பட்டவர்கள் மற்றும் இளைஞர்கள் விழுவதற்கான வாய்ப்புகள் அதிகம்; இருந்தும், மூத்த குடிமக்கள் இந்த ஏமாற்று வித்தைகளில் விழுந்து பணத்தை இழக்க நேரிடும். வாங்குபவர்களுக்கு சிறந்த ஃபிஷிங் ஆபத்து என்று பெயரிடப்பட்ட சிறப்பு உதவி மோசடிகள்; ஒரு மதிப்பாய்வில் பங்கேற்ற அதிகப்படியான வாடிக்கையாளர்கள் ஒரு வருடத்திற்கு அப்பால் சிறப்பு உதவி மோசடியால் பின்னடைவைச் சந்தித்திருப்பதை நிறுவனங்கள் கண்டது. போலி அழைப்பு சமூகங்களை இயக்குவதற்கும், தொழில்நுட்ப ஆதரவு தந்திரங்களின் வெளிச்சத்தில் கட்டாய மிரட்டி பணம் பறிப்பதற்கும் பொறுப்பான நிறுவனங்களுக்கு எதிராக வாதங்கள் பதிவு செய்யப்படுகின்றன. பொதுவான சிறப்பு ஆதரவு நுட்பங்கள் அடையாளம் காணப்பட பல நாடுகளுக்கு தாயகமாக உள்ளன.

சிதறடிக்கப்பட்ட சிறப்பு உதவி மோசடிகள் பற்றிய புதிய அறிக்கையானது, IPகள் உட்பட மிக அதிகப்படியான சிறப்பு உதவி மோசடிகள் புவிஇருப்பிடம் செய்யப்படலாம் என்றும், அதிகப்படியான ஆங்கிலம் பேசுபவர்கள் இரண்டு அல்லது மூன்று தொழில்களைத் தேடுகிறார்கள் இந்த உயர் வேலையின்மை விகிதம் அதிக ஊதியம் பெறும் தொழில்நுட்ப மிரட்டி வேலைகளை தூண்டுகிறது. வேலையில்லாத் திண்டாட்டத்தை ஏமாற்றுபவர்களும் பயன்படுத்திக் கொள்கிறார்கள். பல்வேறு மோசடி செய்பவர்கள் தாங்கள் விண்ணப்பிக்கும் மற்றும் சிறப்பு உதவி வற்புறுத்தல் வேலைகளுக்குத் தயாராகி வருவதைப் புரிந்து கொள்ளவில்லை, இருப்பினும், அழைப்புகளைத் திரும்பப் பெறுவதற்கும் மாற்றுவதற்கும் எந்தவொரு சிறந்த வாய்ப்பையும் கடந்துவிட்டதாக அவர்கள் கருதுவதால், பலர் தங்கள் வேலையின் சாத்தியத்தை வரிசைப்படுத்துவதைத் தொடர்ந்து இருக்க முடிவு செய்கிறார்கள்.

மோசடி செய்பவர்கள் தங்களுடைய வேலைகளில் தங்குவது அல்லது தாங்களாகவே வெளியே செல்வது என்பதைத் தேர்ந்தெடுக்க வேண்டிய

கட்டாயத்தில் உள்ளனர். சில மோசடி செய்பவர்கள் அதிக பணம் வைத்திருக்கும் செல்வந்தர்களை குறிவைப்பதாக நம்புகிறார்கள், இதனால் அவர்களிடமிருந்து திருடுவது சட்டப்பூர்வமாக்கப்படுகிறது. மறுபுறம், மற்றவர்கள் தங்கள் வேலை எளிமையான பணம் என்று நம்புகிறார்கள். செயல்பாடு தொழில்நுட்ப ஆதரவு தந்திரங்கள் நட்பு வடிவமைப்பைப் பயன்படுத்தி பாதிக்கப்பட்டவர்களை தங்கள் சாதனம் தீம்பொருளால் பாதிக்கப்பட்டுள்ளதாக நம்ப வைக்கிறது. மோசடி செய்பவர்கள் இந்த நுழைவாயிலைப் பயன்படுத்தி பல்வேறு விண்டோஸ் கூறுகள் மற்றும் பயன்பாடுகளை அனுப்பலாம், செக்யூரிட்டி புரோகிராமிங் போன்ற வெளிப்புற பயன்பாடுகளை அறிமுகப்படுத்தலாம் மற்றும் பிசி முக்கியமானது என்று பாதிக்கப்பட்டவரை நம்ப வைக்கும் முயற்சியில் பல்வேறு பணிகளைச் செய்யலாம். உதாரணமாக, வைரஸ் தொற்றுகள் கவனிக்கப்பட வேண்டும். சமீபத்திய கல்லூரி பட்டதாரிகள் தொழில்நுட்ப ஆதரவு தந்திரங்களுக்கு மிகவும் திறந்தவர்கள், மற்றும் அரசாங்க பரிவர்த்தனை ஆணையம் முதியவர்கள் படித்தவர்கள், மோசடி செய்பவர்கள் வெவ்வேறு நபர்கள் மீது கவனம்

செலுத்துகிறார்கள். சப்போர்ட் மோசடி பணத்தை இழுக்க நேரிடும் என பார்க்கப்படுகிறது. மோசடி செய்பவர் பின்னடைவு ஊதியத்தைக் கோருவார், அதனால் "சிக்கல்கள்" சரி செய்யப்படும்.

197. போலியான மேம்படுத்தும் சிறப்பு உதவி மோசடி

தொழில்நுட்ப ஆதரவுக்காக கற்பனையான உதவி வரிகளை வழங்கும் மோசடி செய்பவர்களால் இலக்கு வைக்கப்பட்ட மீடியாவிக்கி தளத்தில் இருந்து ஒரு புத்தம் புதிய மாற்றங்கள் பக்கம் தொழில்நுட்ப ஆதரவு தந்திரங்களை தொடங்குவதற்கு பல வழிகள் உள்ளன. பாதிக்கப்பட்ட இணையதளங்களில் ஸ்பிரிங் அப் விளம்பரங்களைப் பயன்படுத்துவது அல்லது முக்கியமான இணையதளங்களை சைபர்ஸ்குவாட்டிங் செய்வது சில வகையான மிரட்டி பணம் பறிப்பதைத் தொடங்க இரண்டு

வழிகள். மரணத்தின் நீலத் திரை போன்ற உண்மையான பிழைச் செய்திகளை ஒத்த பாப்-அப்களை வழங்குவதன் மூலம் தவறை சரிசெய்வதற்காக ஒரு தொலைபேசி எண்ணைப் பயன்படுத்தி மோசடியாளர்களை அழைக்குமாறு பாதிக்கப்பட்டவருக்கு அறிவுறுத்தப்படுகிறது. ரேண்டம் விற்பனைகள் மூலம் சிறப்பு உதவி மோசடிகளை இதே முறையில் தொடங்கலாம். இவை வழக்கமான ரோபோ கால்கள், எடுத்துக்காட்டாக, பிரமாண்டமான இணைய ஸ்கேன் சாதனங்களில் விவரிக்கப்பட்ட முன்னேற்றங்களை வாங்குவதன் மூலம் சிறப்பு உதவி மோசடிகள் பின்னடைவைக் கவரும். ஒரு பாதிக்கப்பட்டவர் மோசடியாளர்களை தொடர்பு கொண்டால், மோசடி செய்பவர் தொலைநிலை அணுகல் நிரலைப் பதிவிறக்கம் செய்து அறிமுகப்படுத்துமாறு அறிவுறுத்துகிறார் கன்ட்ரோலர் சந்திப்பைத் தொடங்குவதற்குத் தேவையான சான்றிதழ்களை வழங்குமாறு மோசடி செய்பவர் பாதிக்கப்பட்டவர்களை வற்புறுத்துகிறார். இந்த விளம்பரங்களைக் கிளிக் செய்யும் உயிரிழப்புகள் தந்திரக்காரரின் தொலைபேசி எண்களைக் கொண்ட இணையதள பக்கங்களுக்கு எடுத்துச் செல்லப்படுகின்றன.

ஒப்புதலைப் பெறுவதன் விளைவாக, மோசடி செய்பவர் பிசி சரிசெய்யப்பட வேண்டிய சிக்கல்களை எதிர்கொள்கிறது என்று இழப்பை நம்ப வைக்க முயற்சிக்கிறார், இது பொதுவாக பழிவாங்கும் ஹேக்கிங் செயல்பாட்டின் விளைவாகும். சிஸ்டம் வால்ட்களின் பொருள் மற்றும் பொருளை சிதைக்க பல்வேறு முறைகளைப் பயன்படுத்துகின்றன, எடுத்துக்காட்டாக, நோய்கள் மற்றும் பிற மால்வேர்களை அச்சுறுத்தும் வளர்ச்சியின் கிணறுகளாகும். இந்த நடைமுறைகள் இந்த கேஜெட்டுகளுக்குப் பின்னால் உள்ள உண்மையான உந்துதல்களைப் பற்றி எதுவும் தெரியாத பின்னடைவைக் குறிவைக்கின்றன, உதாரணமாக, இயற்கை வாடிக்கையாளர்கள் மற்றும் மூத்த குடிமக்கள், மோசடி நடிகரின் நிறுவனங்கள் அல்லது புரோகிராமிங்கிற்கு பணம் செலுத்துவதில் நஷ்டத்தை ஏமாற்றுபவர் ஏமாற்றுகிறார், இது கணினியை சரிசெய்ய அல்லது சுத்தம் செய்ய திட்டமிடப்பட்டுள்ளது என்பதை அவர்கள் உறுதி செய்கிறார்கள், ஆனால் உண்மையாகச் சொல்லப்பட்டால் மால்வேர்

அல்லது பிற காயப்படுத்தும் நிரலாக்கங்கள்
அல்லது செயலற்ற நிலையில் உள்ளது.

198. பதிவுப் பிரிவுகள்

மோசடி நடிகர், வாடிக்கையாளர்களை வழிநடத்த
முடியும், இது பல்வேறு நிகழ்வுகளின் பதிவு
பதிவைக் காட்டுகிறது. மேலும் அந்த பதிவுகள்
பாதிக்கப்பட்டவரின் கணினியில் தீம்பொருளின்
கிணறுகள் என்று உத்தரவாதம் அளிக்க முடியும்.
பல பதிவுப் பிரிவுகள் பொதுவாக பாதிப்பில்லாத
அறிவிப்புகளாக இருந்தாலும், அறிவுரைகள்
மற்றும் பிழைகள் எனப்படும் பதிவுப் பத்திகள்
மால்வேர் செயல்பாட்டின் ஆதாரம் அல்லது
கட்டமைப்பு செயலிழந்து வருகிறது என்பதற்கான
சான்றாகும், மேலும் மோசடி செய்பவர் சரி
செய்யப்பட வேண்டும் என்று
வெளிப்படுத்தலாம். ஒரு மோசடி செய்பவர் ஒரு
பகுதியைத் திறக்கலாம். ஸ்கிராட்ச் பேடில் உள்ள
இந்த பதிவுகளில், அறிக்கை உள்ளடக்கங்கள்
தெரிவிக்கப்படுகின்றன. மால்வேர் இந்த

ஆவணங்களை சேதப்படுத்தியதால், குழப்பமான வெளியீடு ஏற்படுகிறது என்று மோசடி செய்பவர் உறுதியளிக்கிறார். ஊனமுற்ற நிர்வாகங்கள் பொதுவாக முடக்கப்படக்கூடாது என்று மோசடி செய்பவர் வலியுறுத்தினாலும், எல்லா நிர்வாகங்களும் இயக்கப்படக்கூடாது, ஒரு தந்திரக்காரன், சந்தேகத்திற்குரிய முடிவுகளை வழங்க ஆர்டர் லைன் சாதனங்களை தவறாகப் பயன்படுத்தலாம், எடுத்துக்காட்டாக, மரம் அல்லது டிர்/கள் பதிவுகள் மற்றும் பட்டியல்களின் புள்ளிக்கு-புள்ளி தீர்வறிக்கையை காண்பிக்கும் பொருட்டு. உண்மையில், உள்ள ஆவணங்கள் சில செயல்பாடுகளை முடுக்கிவிடப் பயன்படுத்தப்படும் பாதிப்பில்லாத, குறைபாடற்ற இணையான பதிவுகள் ஆகும். தீங்கற்ற விசைகள் அமைக்கப்படாமல் பதிவு செய்யப்படும் இறுதி இலக்குடன், ஒரு தாக்குபவர் தீங்கிழைக்கும் வகையில் லைப்ரரியில் சேமிக்கப்பட்ட மதிப்புகள் மற்றும் விசைகளைத் தவறாகக் குறிப்பிடலாம். அனுப்பு திறன் உலகளாவிய தனித்துவமான அடையாளங்காட்டியுடன் தொடர்புடையது. அப்ளிகேஷன் மால்வேர் ஸ்கேனர் என்று

ட்ரிக்ஸ்டர் உத்தரவாதம் அளிக்கலாம், மேலும் சாதனம் இயங்கும் போது, தந்திரக்காரர் செய்தியை தவறு செய்தியாக உள்ளிடுவார். அனைத்து விளக்கங்களிலும் அடிப்படையில் ஒன்றுதான். மோசடி செய்பவர் இது கிளையண்டின் பிசியை உணரவும், அடையாளங்காட்டியைப் படிக்கவும் மற்றும் அவை பின்னடைவின் கணினியில் உள்ள தகவலுடன் சான்றளிக்கக்கூடிய உதவி உறவு என்பதை உறுதிப்படுத்தவும் பயன்படுத்தப்படும் ஒரு விதிவிலக்கான ஐடி என்பதை உறுதிப்படுத்தலாம் அல்லது பதிவுசெய்யப்பட்ட சிஎல்எஸ்ஐடி உண்மையில் பிசி கிராண்ட் செக்யூரிட்டி ஆகும்.

மோசடி செய்பவர் உறுதிப்படுத்தப்பட்ட சிக்கல்கள் காலாவதியான வன்பொருள் அல்லது நிரலாக்கத்தின் விளைவு என்பதை உறுதிப்படுத்தலாம், எடுத்துக்காட்டாக, மேம்படுத்தலுக்கு செலுத்த வேண்டிய பின்னடைவைச் சுருக்கமாகக் கூறுகிறது.

மோசடி செய்பவர் பின்னடைவின் திரையைப் பார்ப்பதைத் தடுக்கலாம், இது தீம்பொருளின் விளைவு அல்லது அதன் விளைவாக இயக்கப்படும் என்று கற்பனை செய்யலாம்,

முக்கியமான தகவலுக்கான இழப்பின் பதிவுகளைச் சரிபார்த்து, எடுக்கப்பட்ட அல்லது கவனித்துக் கொள்ளப்பட்ட இழப்பின் பதிவுகளை உடைக்க முயற்சி செய்யலாம். அங்கீகாரங்கள் அல்லது வெப்கேமைத் தொடங்குவதன் மூலம் இழப்பின் முகத்தைக் தடுக்கலாம்

199. கணினி அணுகலை

மோசடி செய்பவர் நெட்ஸ்டாட் கோரிக்கையை டெர்மினல்/கோரிக்கை சாளரத்தில் இயக்க முடியும், இது பகுதி மற்றும் புதிய ஐபி முகவரிகளைக் காட்டுகிறது. இந்த முகவரிகள் தங்கள் கணினிக்கான அணுகலைப் பெற்ற புரோகிராமர்களுக்கு சொந்தமானது என்று கான் ஆர்ட்டிஸ்ட்டால் பாதிக்கப்பட்டவருக்குத் தெரிவிக்கப்பட்டது. ஒரு உண்மையான செயல்முறை பாதிக்கப்பட்டுள்ளது என்று மோசடி செய்பவர் பாதிக்கப்பட்டவரை சிந்திக்க வைக்கலாம். தவணை மற்றும் விளைவு தவணை மற்றும் விளைவு தொழில்நுட்ப ஆதரவில்

தவணைக்கான ஒரு பிரபலமான முறை கிஃப்ட் கார்டுகள் மூலம் தவறாகக் குறிப்பிடப்படுகிறது. பரிசு வவுச்சர்கள் மோசடி செய்பவர்களால் விரும்பப்படுகின்றன, ஏனெனில் அவை விரைவாக வாங்குவதற்குக் கிடைக்கின்றன மற்றும் மிகக் குறைவான ஷாப்பர் பத்திரங்களைக் கொண்டுள்ளன, அவை பாதிக்கப்பட்டவர்கள் தங்கள் பணத்தைத் திரும்பப் பெற அனுமதிக்கின்றன. அடிக்கடி, மோசடி செய்பவர் ஒரு மோசடி தொடர்பு பற்றிய கட்டுரையை இணையத்தில் தேடுவார், மேலும், பாதிக்கப்பட்டவரின் கணினியில் அந்த மால்வேர் உள்ளதா என்பதைப் பொருட்படுத்தாமல், சுழற்சியின் பெயரும் தீம்பொருளுக்கு அவசியமாக இருக்கலாம் என்று கூறும் ஒரு பகுதிக்குச் செல்வார். அநாமதேயமாக இருக்கும் போது மோசடி செய்பவர் விரைவாக நிதியை திரும்பப் பெறுகின்றனர். தொழில்நுட்ப ஆதரவு மோசடி செய்பவர்கள் டிஜிட்டல் கரன்சி, காசோலைகள் மற்றும் ரோபோட்டஸ்டு கிளியரிங் ஹவுஸ் மூலம் செய்யப்பட்ட நேரடி வங்கிப் பரிமாற்றங்கள் (பாதிக்கப்பட்டவர்களுக்கு அவர்களின் நிதியை மீட்டெடுக்க 60 நாட்கள்

மட்டுமே வழங்கப்படும்) போன்ற வடிவங்களில் தவணைகளை கோருவதாக அறியப்படுகிறது.

ஒரு இழப்பு மோசடி செய்பவரின் விதிகளுக்கு இணங்கவில்லை அல்லது அவற்றை செலுத்தவில்லை என்றால், மோசடி செய்பவர்கள் அவமானப்படுத்துவதும் பகுதியைப் பெறுவதற்கான பின்னடைவை அச்சுறுத்துவதும் அறியப்படுகிறது. கொள்ளை, தவறாக சித்தரித்தல் மற்றும் மிரட்டி பணம் பறித்தல் ஆகியவை பாதிக்கப்பட்டவர்கள் அல்லது அவர்களது குடும்பத்தினருக்கு எதிராக மோசடி செய்பவர்களால் செய்யப்படும் சில தவறான செயல்கள் ஆகும், மற்ற கடுமையான குற்றங்களில் கற்பழிப்பு மற்றும் கொலை ஆகியவை அடங்கும். மோசடி செய்பவர்கள் பணம் பெறாத பட்சத்தில், பயன்பாடு பயன்படுத்தி, ஒத்துழைக்காத பாதிக்கப்பட்டவர்களை தங்கள் கணினிகளுக்கு வெளியே வைத்திருப்பதாக அறியப்படுகிறது. தொழில்நுட்ப ஆதரவு தந்திரங்கள் மற்றும் அவை வாடிக்கையாளர்களை எவ்வாறு பாதிக்கின்றன என்பதைப் பார்ப்பதற்காக ஒரு கணக்கெடுப்பை மேற்கொள்ளப்பட்டது. அந்த அறிக்கையின்படி, கடந்த ஆண்டில் வாடிக்கையாளர்கள்

தொழில்நுட்ப ஆதரவு மோசடியால் பாதிக்கப்பட்டுள்ளனர். மோசடி செய்பவர்களிடம் நிறைய பணத்தை இழந்ததாக பாதிக்கப்பட்டவர்கள் தெரிவித்தனர். எதிர்வினை தொழில்நுட்ப ஆதரவு மோசடிகளுடன் தொடர்புடைய சில நிறுவனங்களுக்கு எதிராக சட்டபூர்வமான நடவடிக்கை எடுக்கப்பட்டுள்ளது ஒரு அமைப்பு, ஒரு பெரிய நிறுவனத்தின் பெயர் மற்றும் பிராண்ட் பெயர்களைத் தவறாகப் பயன்படுத்தியது மற்றும் பாதுகாப்புச் சிக்கல்களை ஏற்படுத்தியதால், விபத்துக்குள்ளானவர்களின் பிசிக்களை அணுகி, இரகசிய வார்த்தை கிராப்பர் உட்பட தீங்கிழைக்கும் நிரலாக்கத்தை அறிமுகப்படுத்தியது என்று வழக்குப் பதிவு செய்தது. வாடிக்கையாளர்களுக்கு தொழில்நுட்ப ஆதரவு தந்திரங்களை அதிக ஃபிஷிங் ஆபத்து என்று சில நிறுவனங்கள் அடையாளம் கண்டனர், தனிநபர் மற்றும் நிதித் தகவலுக்கான எதிர்வினை அனுமதி ஐயோகியின் தீர்க்கமான மென்பொருளை வாங்குவதற்கு வாடிக்கையாளர்களை பயமுறுத்துவதற்காக வாடிக்கையாளர்களை ஏமாற்றியதற்காக ஒரு குறிப்பிட்ட நிறுவனத்தின் மீது வழக்குத் தொடுத்து

மோசடி குற்றம் சாட்டப்பட்டு உறுதிப்படுத்தியதற்காக குற்றம் சாட்டப்பட்டது

முக்கியமான வலை கிராலர்கள், வெளிப்படையான விளம்பரங்கள் மூலம் போலி சிறப்பு உதவி லோகேல்களின் முன்னேற்றத்தை கட்டுப்படுத்த தேவையான நடவடிக்கைகளை எடுத்துள்ளன. வெளியாட்களுக்கு ஒரு உதவி அல்லது சிறப்பு உதவியை வழங்குவதாகக் கூறுகிறது. மேம்பட்ட பொருட்கள் அல்லது அமைப்பின் உண்மையான உரிமையாளரால் மட்டுமே. வழங்க முடியும் சட்டப்பூர்வ வணிகங்களுக்கு வெளியில் உள்ள சிறப்பு உதவிகளுக்கான விளம்பரங்களைக் கட்டுப்படுத்த ஒரு காசோலை திட்டத்தை அறிவித்தது

மோசடி செய்பவர்களால் சிறப்பு உதவி மோசடி செய்பவர்கள் தொடர்ந்து நியமிக்கப்படுகிறார்கள், மற்றும் தனிநபர்கள் மாவட்டங்களுக்கு பதிவுகளை நகர்த்துவதன் மூலம் இந்த மோசடிகளின் சிக்கல்களை வெளிக்கொணர முயற்சி செய்கிறார்கள், மோசடி செய்பவர்களை தங்கள் நேரத்தைச் செலவழித்து, பாதிக்கப்படக்கூடியவர்களைக் காப்பாற்றுகிறறார்கள்

மறுக்க முடியாத நிலை அவர்கள் ஒரு மோசடி செய்பவரின் கணினியில் ஊடுருவி, கொறித்துண்ணிகள், சிதறிய அமைப்பு தாக்குதல்கள் மற்றும் தீம்பொருளுக்கு தீங்கு விளைவிப்பதன் மூலம் அதை பலவீனப்படுத்தலாம். கிரெடிட்/கார்டு தகவல் மற்றும் கடவுச்சொற்களை உண்மையாகப் பார்ப்பது போன்ற சலுகை பெற்ற தகவலாக மறைக்கப்பட்ட போலி பதிவுகள் அல்லது தீம்பொருளை மறைத்து மோசடி செய்பவர்கள் மோசடி செய்பவர்களை கவர முயலலாம். காவல்துறையின் கூடுதல் மதிப்பீடுகளுக்கு அடிப்படையான பலவீனமான தகவல்கள் மீட்டெடுக்கப்படலாம், மேலும் இணக்கமற்ற பொருளைப் பற்றிய கூடுதல் தகவல்கள் இணையத்தில் சிதறடிக்கப்படலாம் அல்லது பாதிக்கப்பட்டவர்களை எச்சரிப்பதற்காக சேகரிக்கப்படலாம்.

200. பேரழிவு சந்தர்ப்பம் அல்லது நெருக்கடி

மோசடி நபர்கள்ஒரு பாராட்டத்தக்க உத்வேகத்தை வழங்க அல்லது ஒரு நோய்க்கான பதிலைக் கண்டுபிடிக்க வேண்டிய நபர்களைப் பயன்படுத்திக் கொள்கிறார்கள்.

மோசடி செய்பவர்கள் ஒரு நியாயமான காரணத்திற்காக, ஒரு நல்ல காரணத்திற்காக அல்லது அவர்கள் உருவாக்கிய கனவுக்காக வேலை செய்வதாக நடித்து பணத்தைப் பெறுவதற்கு உன்னதமான தந்திரங்களைப் பயன்படுத்துகின்றனர்.

பெரும்பாலான நேரம் மோசடி செய்பவர்கள் மற்றொரு பேரழிவு சந்தர்ப்பம் அல்லது நெருக்கடியைப் பயன்படுத்திக் கொள்வார்கள்.

அவர்கள் உங்கள் உணர்வுகளைப் பற்றி விளையாடலாம், ஒரு குறிப்பிட்ட காரணத்திற்காக உங்கள் பச்சாதாபத்தைப் பெறலாம்,

எடுத்துக்காட்டாக பலவீனமான குழந்தைகளுக்கு உதவுதல்.

மருத்துவ தந்திரங்கள் பல்வேறு தயாரிப்புகள் மற்றும் சேவைகளை வழங்குகின்றன, அவை உண்மையான மாற்றுகளாக தோன்றலாம், பொதுவாக தீவிரமான நிலைமைகளுக்கு விரைவான மற்றும் பயனுள்ள சிகிச்சைகளை ஊக்குவிக்கின்றன.

திருத்தங்கள் பொதுவாக மீண்டும் நிறுவப்பட்ட நபர்களிடமிருந்து போலி பாராட்டுகளைப் பயன்படுத்தி உயர் மட்டத்தில் பேசுகின்றன

பெரிய புறநிலை அச்சுறுத்தல் என்பது ஒரு நிறுவனத்திற்கு அவர்கள் வழங்குவதாக ஒப்புக் கொள்ளும் நபர்களிடமிருந்து பணத்தைப் பெறுவதற்காக மக்களை ஏமாற்றும் கண்காட்சியாகும். மக்கள் அல்லது குழுக்கள் ஒரு காரணம் அல்லது நிறுவனத்துடன் இணைந்திருப்பதாகக் கூறும்போது தவறான தகவலை அடிக்கடி வழங்குகின்றன, பின்னர் இந்த இல்லாத அடித்தளத்திற்கு சாத்தியமான பங்களிப்பாளர்கள் பங்களிக்குமாறு கோருகின்றனர். பெரிய இலக்கு அச்சுறுத்தல் இல்லாத நிறுவனங்கள் மற்றும் சுவாரஸ்யமான

முக்கிய முறைகளை உள்ளடக்கியது. சங்கங்களின் இந்த கீழ்த்தரமான நடைமுறைகள், தங்களுடைய சொந்த உத்வேகங்களுக்கான ஆதாரங்களைச் சேர்க்காமல், அல்லது தேவையை ஏமாற்றும் வகையில் ஆதாரங்களைக் குறிப்பிடாமல் நீடித்த பரிசுகளை ஒருங்கிணைக்கிறது.

பெரும்பாலான நேரங்களில், கடைகளில் பணப் பதிவேடு இருந்தபோதிலும், ஒரு ஸ்தாபனத்திற்காக அல்லது மிகவும் மோசமான நிலையில் உள்ளவர்களுக்காக ஒரு சேகரிப்பு எடுக்கப்படுகிறது. பல வணிகர்கள் உண்மையில் ஒரு குறிப்பிட்ட தொண்டு நிறுவனத்திற்கு தளர்வான மாற்றத்தை நன்கொடையாக வழங்கும்போது, சிலர் ஏமாற்றும் வகையில் செயல்படுகின்றனர். இந்த குறிப்பிட்ட வழக்கில், சிறிய மாற்ற பரிசுகள் வணிகர்களால் வைக்கப்பட்டன. அறக்கட்டளையின் பெயரைப் பயன்படுத்துவதற்கு வணிகர்கள் ஒவ்வொரு மாதமும் பணத்தை செலவாகச் செலுத்தியதாக கட்டுரை தெரிவிக்கிறது.

மோசடி செய்பவர்கள் வீட்டுக்கு வீடு தொலைபேசி அழைப்புகள் செய்வதாக

செய்கிறார்கள். சாத்தியமான நிறுவன ஏமாற்று மோசடி செய்பவர்களின் குத்தகைதாரர்களுக்கு ஆலோசனை வழங்கினர்

இழப்புகள் மற்றும் குற்றவாளிகளின் பண்புகள்

எந்தவொரு பண ஆதரவாளரும் நஷ்டமாக மாறலாம், ஆனால் ஐம்பதுகள் மற்றும் அதற்கும் அதிகமான குடியேறியவர்கள், பாதுகாப்புகளை விரைவாக வாங்குபவர்களாகவோ அல்லது பலன்கள் மூலம் வாங்குபவர்களாகவோ மிகவும் செல்வாக்கு செலுத்துகிறார்கள். நிதி ஆதரவாளர்கள் நஷ்டம் அடைவதுடன், கடன் வழங்குபவர்களும் நஷ்டத்தை சந்திக்கின்றனர், நிபுணர்கள் மற்றும் ஊழியர்களிடம் கட்டணம் வசூலிக்கின்றனர்.

ஒரு பொது நிறுவனத்தில் பத்திரங்களை சிதைப்பதில் பங்கு கொள்ளக்கூடிய

குற்றவாளிகள், கட்டுப்பாட்டுப் பணம் அல்லது செலவுத் திட்ட அறிக்கைகளை அணுகும் சங்கத்திற்குள் ஒரு சூழ்ச்சி சக்தியை ஒருங்கிணைக்கிறார்கள்:

அதிக சொத்துக்கள் அதிக மாநில ஊதியத்தை பரிந்துரைக்கின்றன

செலவுகளை குறைத்தல்

பொறுப்புகளை தவறாக மதிப்பிடுங்கள்

பென்னி ஸ்டாக்கை தவறாக மதிப்பிடுங்கள்

பத்திரங்களை ஏமாற்றுவதில் இருந்து ஒரு நிறுவனத்தின் இத்தகைய ஈர்க்கக்கூடிய அதிருப்திகளின் குறிப்பிடத்தக்க தன்மை, பெரும்பாலான முன்னோடிகளின் பொதுவான நம்பகத்தன்மை மற்றும் பெரிய சங்கங்களின் தாள்களை அங்கீகரிக்கிறது.

பொது கூட்டாண்மைகளின் மிகவும் அற்புதமான ஏமாற்றங்கள், காலாவதியான விளையாட்டுத் திட்டம், பொது வணிகத்தின் ஒரு பகுதி இல்லாததால் காரணங்கள். போதாமை பாதுகாப்பு மிரட்டலின் பல்வேறு விளைவுகள் இந்தக்

கட்டுரை எந்த ஆதாரத்தையும் மேற்கோள் காட்டவில்லை. இது அதிக சிரமம் இல்லை என்றால், நம்பகமான ஆதாரங்களை மேற்கோள் காட்டி இந்தப் பிரிவில் பணிக்கு பங்களிக்கவும். சரிபார்க்கப்படாத பொருள் முயற்சி செய்து வெளியே எடுக்கப்படலாம்.

பத்திரங்களின் வற்புறுத்தலின் விளைவு கலைக்கப்படுவதற்கு போதுமானதாக இல்லாவிட்டாலும், சொத்துக்கள் மற்றும் பொறுப்புகளுக்கு இடையிலான வேறுபாட்டின் மீது பங்குகளின் மதிப்பின் தாக்கத்தின் காரணமாக, வழக்கமான பங்குகளை வைத்திருப்பவர்களை குறைந்த அளவிற்கு அழிக்கலாம். இந்த வகையான மிரட்டி பணம் பறிப்பது, விற்பனையாளர்களுக்கு விற்கும் முன், நிறைய தண்ணீர் குடிக்கும்படி கட்டாயப்படுத்துவது போன்றது.

நிர்வாகங்கள் மற்றும் சுய-ஆளும் அமைப்புகள் உட்பட, பலதரப்பட்ட நிறுவனங்களுக்கு எதிராக பாதுகாப்பு மிரட்டி பணம் பறித்தல் பற்றிய குற்றச்சாட்டானது. இந்தத் திட்டத்துடன் அடிக்கடி தொடர்புடைய பங்குகளின் வகைகளில் கவனம் செலுத்துவது, கன்ட்ரோலர்களால்

மேற்கொள்ளப்படும் ஒரு குறிப்பிட்ட வகை தவறான விளக்கத்தை இயக்குவதற்கும் கட்டுப்படுத்துவதற்கும் ஒரு முறையாகும். இதன் விளைவாக, அதிகரித்த தேவை திட்டங்கள் பென்னி பங்குகளில் கவனம் செலுத்துகின்றன. ஒரு பென்னி ஸ்டாக்கை ஒரு பாதுகாப்பாக சித்தரித்துள்ளனர், அது இரண்டு எக்ஸ்பிரஸ் விதிகளை பூர்த்தி செய்ய வேண்டும். செலவு, சந்தை மூலதனம் மற்றும் குறைந்தபட்ச நிதி ஆதரவாளர் மதிப்பை ஒருங்கிணைக்கும் நடவடிக்கைகள். ஒரு பொதுப் பங்குச் சந்தையில் வர்த்தகம் செய்யப்படும் காப்பீடுகள், குறைந்த அளவு ஆன்மாவைச் செலுத்தி, ஒரு பென்னி ஸ்டாக்காக நிர்வாகப் பணியிலிருந்து தடுக்கப்படுகின்றன, பரிவர்த்தனை வர்த்தகப் பத்திரங்கள் கையாளுதலுக்கு எதிராக குறைவான பாதிப்பைக் கொண்டதாகக் கருதப்படுகின்றன. எனவே, சந்தை வீழ்ச்சியின் போது 1க்கும் குறைவாக வர்த்தகம் செய்த பதிவு செய்யப்பட்ட பத்திரங்கள் "குறைந்தபட்ச விலை" பத்திரங்கள் என்று சரியான முறையில் குறிப்பிடப்படுகின்றன, ஆனால் அவை உண்மையில் "பென்னி பங்குகள்"

அல்ல. பெ ன்னி ஸ்டாக் வர்த்தகம் கண்காணிக்கப்படுகிறது என்ற போதிலும், இந்த விதியானது மாநில உத்தரவாதங்களில் அதன் ஆரம்ப நிலைகளைக் கொண்டுள்ளது. வழிகாட்டுதல்கள். மேலும் இந்த விதி பல்வேறு மாநிலங்களில் அங்கீகரிக்கப்பட்ட தீர்மானங்களுக்கான மாறியது. இப்போதைக்கு, எவ்வாறாயினும், இந்த குறிப்பிட்ட விதிகளின் கீழ் உள்ள வரம்புகள், பதிவு செய்யப்படாத கூட்டங்கள் மற்றும் தனிநபர்களால் செய்யப்பட்ட திட்டங்களைப் பயன்படுத்துவதற்கான ஒரு உறுதியான உத்தியைக் கொண்டிருக்கவில்லை

பிளாக்மெயில்

தனிமையில் இருப்பவர்கள், வயதானவர்கள், உளவியல்ரீதியாக பிரச்சனை உள்ளவர்களை தேடி கண்டுபிடித்து அவர்களுக்கு ஆசை காட்டி ஏமாற்றுகின்றனர். அவர்கள் நிமிடம் வந்துசேர விமான கட்டணத்திற்கு பணம் செலுத்தினால் அவர்களுடன் வாழமுடியும் என நம்பவைத்துவிடுவார்கள். இல்லாவிட்டால் நம்மிடம் வீடியோ காலில் அவர்களின் முகமும்

நமது முகமும் பதிவாகும்படி செய்து அதனை மார்பிங் செய்து பின்னர் அந்த விடியோக்களை நண்பர்களிடமும், குடும்பத்தினரிடமும் காண்பிக்கப்படும் என கூறி பணம் கேட்டு மிரட்டுவார்.

பிரோ டேட்டர்ஸ்

ஒரு நபரை நெருக்கு நேர் சந்தித்து அவரை மோசடி செய்யும் நாட்டிற்கு வரவளிக்கப்படுகிறார் அங்கே குறைந்த நேரத்தில் அதிக பணம் செலவழிக்க தூண்டப்படுகிறார் இதில் ஒரு மொழி பெயர்ப்பாளருக்கோ ஒரு வாடகை ஊர்தி ஓட்டுநர், உதவியாளர் போன்ற மிகப்பெரிய நபர்களின் கூட்டமைப்பை உள்ளடக்கியது, அந்த நபர்களுக்கு சாதாரண விலையை விட அதிக கட்டணம் செலவுசெய்யப்படுகிறது நமக்கு நெருக்கமானவர் உடனிருப்பதால் நாம் விலை உயர்ந்த பொருட்களுக்கு செலவு செய்ய வற்புறுத்தப்படுகிறோம் உதாரணமாக விலையுயர்ந்த தங்குமிடம் அதிக கட்டணமுள்ள உணவகம் அதிக கட்டணமுள்ள டாக்ஸி மேலும் மின்னணு பொருட்கள் விலையுயர்ந்த ஃபர் கோட்டுகள் மற்ற பரிசு பொருட்கள் உட்பட பல்வேறு விலையுயர்ந்த பொருட்கள் வாங்குவதில் செலவழிக்கப்படுகிறது.

விற்பனையாளர்கள், மேலாளர்கள் என பொதுவாக அனைவரும் இதன் பகுதியாக உள்ளனர். நம்மை குறுகிய காலத்தில் அதிக செலவு செய்யவைத்தது வெளியேற்றப்படுவோம் நாம் வெளியே வந்த பிறகு, பொருட்கள் விற்பனையாளர்களுக்குத் திருப்பித் தரப்பட்டு முழுமையாக ஏமாற்றப்படுகிறோம், கூட்டாளிள் அந்தத் தொகையை பிரித்துக்கொண்ட பிறகு உடனடியாக அடுத்த வெளிநாட்டவரய் கவர தயாராகிவிடுகின்றனர் நாம் வீடு திரும்பிய பிறகும் கூட நம்மை பணம் கேட்டு தொந்தரவு செய்வார்கள்.

செயல்படுத்தல்

மோசடி செய்யும் கயவர்கள் நம்முடைய வங்கிக் கணக்கு எண், IFSC, CVV போன்ற அனைத்து தகவல்களையும் நம்மிடமே பெற்றுவிடுகின்றனர். நாமும் அவனை நம்பி அனைத்து தகவல்களையும் கொடுத்துவிடுகிறோம். பல நாட்கள் இப்படியே பணத்தை திருடி வந்தனர், அரசாங்கம் இதனை கண்காணித்து நடவடிக்கையெடுத்தபின் முன்புபோல வங்கிக் கணக்கு மோசடி எளிதில்

செய்யமுடிவதில்லை வங்கி கணக்கில் பணம் எடுக்கும் முறை மாற்றியமைக்கப்பட்டது, கயவர்களை தங்கள் திருடும் வழியை மாற்றிவிட்டனர் வெஸ்டர்ன் யூனியன் மற்றும் மனிகிராம் போன்ற கம்பி பரிமாற்ற சேவையைகள் பொதுவாக பயன்படுத்தபடுகிறது. மோசடி செய்பவர்கள் பொதுவாக பணம் அனுப்பட்ட உடனே செயலாக்கப்படும். வெஸ்டர்ன் யூனியன் போன்ற கம்பி பரிமாற்றங்கள் மாற்ற முடியாதவை மேலும் கண்டுபிடிக்க முடியாதவை, இவ்வகையான சேவைகள் சிறந்தவை, தனிநபர் அடையாளம் பெரும்பாலும் தேவைபடுவதில்லை, இப்படி பெறப்படும் பணத்திற்கு ரசீது கூட தேவையில்லை

நம்மிடமிருந்து மோசடி செய்பட்டு பெறப்பட்ட வங்கிக் தகவல்களும் தரவுகளும் பல நேரங்களில் கள்ள சண்டையில் மொத்தமாக விற்கப்பட்டுவிடும்,

மோசடி கயவர்கை பயன்படுத்தும் தொலைபேசி, இணையத்தளம் அனைத்தும் போலியானவை அவர்கள் எந்தவொரு தனிநபர் அடையாளத்தையும் சமர்ப்பிக்காமல், மலிவான விலையில் மொபைல் மற்றும் சிம் கார்டை

வாங்குவார்கள். இத்தனையும் மீறி அந்த போன் எண்களை கண்டுபிடித்துவிட்டால் பழைய போனை நிராகரித்துவிட்டு புதியவற்றிக்கு மாறிவிடுவார்கள்

மோசடிகளில் பெரும்பாலும் பயன்படுத்தப்படும் மின்னஞ்சல்கள் ஸ்பேம் மின்னஞ்சல்களாகும். செயற்கைக்கோள் இணைய இணைப்பில் செயல்படுகிறது அதுமட்டுமல்லாது மோசடிகளில் பயன்படுத்தப்படும் ஆவணங்களை வழங்க பல கள்ள வணிகங்கள் உள்ளன.

முடிவுரை:

ஆன்லைன் மூலம் நீங்கள் ஏமாற்றப்பட்டால் முறையைப் புகாரளிப்பதன் மூலம் தொடங்கவும். உங்கள் பணம் ஏமாற்றப்பட்டால், விரைவாகச் செயல்பட்டு உங்கள் தனிப்பட்ட தகவல்களை பாதுகாப்பது அவசியம். சந்தேகத்திற்குரிய செயலை நீங்கள் கண்டால் அல்லது நீங்கள் தவறாக வழிநடத்தப்பட்டதாக சந்தேகித்தால், நிபுணர்கள் பரிந்துரைக்கும் விஷயம் இதுதான்: உங்கள் வங்கியில் அதனை தெரிவிக்கவும்

மோசடி நடந்துள்ளதைப்பற்றி புகாரளிக்க உங்கள் வங்கியை விரைவாகத் தொடர்புகொண்டு மற்றொரு பதிவு எண் மற்றும் கார்டை கோருங்கள். நீங்கள் வழங்கும் ஒவ்வொரு தகவலையும் வங்கியில்தான் பகிர்ந்துகொள்கிறீர்கள் என்பதனை உறுதிப்படுத்திக் கொள்ளுங்கள், இதன்மூலம் உங்கள் வங்கி உங்களின் முக்கிய தகவல்களை பெறுவதற்கும் உங்கள் தரவின் தன்மையைப் பாதுகாப்பதற்கும் சிறந்த முறையில் உங்களுக்கு வழிகாட்ட முடியும்.

பொது அதிகார வர்த்தக ஆணையத்திடம் குறைகளைப் பதிவு செய்வதைக் கருத்தில் கொள்ளுங்கள்

நீங்கள் ஏமாற்றுதல், மிரட்டி பணம் பறித்தல் அல்லது ஏமாற்றும் அமைப்புகளில் இருந்து தப்பியிருந்தால், நீங்கள் அவற்றை பொது அதிகார வர்த்தக ஆணையத்திடம் புகாரளிக்கலாம்.

தந்திரக்காரரிடமிருந்து நீங்கள் பெற்ற மின்னஞ்சல், செய்தி அல்லது மெய்நிகர் திசைதிருப்பல் செய்தி அல்லது தவறான கட்டணங்களுடன் உங்கள் வங்கி விளக்கங்கள் என எதுவாக இருந்தாலும், தகவலை அச்சிடவும் அல்லது பதிவுசெய்து எல்லாவற்றையும் நகலெடுக்கவும்.

மோசடி செய்பவர்களிடமிருந்து உங்கள் பணம் மற்றும் தகவல்களைப் பாதுகாப்பதில், சிறந்த பாதுகாப்பு என்பது ஒரு நெறிமுறை முரண்பாடாகும். ஏமாற்றத்தில் இருந்து மீள்வதற்கு இந்த நகர்வுகளைப் பின்பற்றவும் மற்றும் எதிர்கால அச்சுறுத்தல் முயற்சிகளிலிருந்து உங்களைப் பாதுகாத்துக் கொள்ளவும்

நன்றி

www.ingramcontent.com/pod-product-compliance
Lightning Source LLC
Chambersburg PA
CBHW061423150726

47987CB00001B/69